D1763676

கி. ராஜநாராயணன்

இந்திய இலக்கியச் சிற்பிகள்
கி. ராஜநாராயணன்

க. பஞ்சாங்கம்

சாகித்திய அகாதெமி

Ki. **Rajanarayanan:** Monograph in Tamil by K. Panchangam, Sahitya Akademi, New Delhi, (2023), Rs. 100/-

உரிமை © சாகித்திய அகாடெமி

ஆசிரியர்	:	க. பஞ்சாங்கம்
பொருள்	:	இந்திய இலக்கியச் சிற்பிகள்
வெளியீடு	:	சாகித்திய அகாதெமி
முதல் பதிப்பு	:	2023
ISBN	:	978-93-5548-645-5
விலை	:	Rs. 100/-

All rights reserved. No part of this book may be reproduced or utilized in any form or by any means, electronic or mechanical including photocopying, recording or by any information storage and retrival system, without permission in writing from Sahitya Akademi.

சாகித்திய அகாதெமி

தலைமை அலுவலகம் : இரவீந்திர பவன், 35, பெரோஸ்ஷா சாலை, புது தில்லி 110 001.
secretary@sahitya-akademi.gov.in | 011-23386626/27/28.

விற்பனை அலுவலகம் 'ஸ்வாதி' மந்திர் சாலை, புது தில்லி 110 001
sales@sahitya-akademi.gov.in | 011-23745297, 23364204.

கொல்கத்தா 4, டி.எல். கான் சாலை, கொல்கத்தா 700 025
rs.rok@sahitya-akademi.gov.in | 033-24191683/24191706.

சென்னை குணா வளாகம், 443, இரண்டாம் தளம், அண்ணா சாலை,
தேனாம்பேட்டை, சென்னை 600 018.
chennaioffice@sahitya-akademi.gov.in 044-24311741 | 24354815

மும்பை 172, மும்பை மராத்தி கிரந்த சங்கிரகாலய சாலை,
தாதர், மும்பை 400 014
rs.rom@sahitya-akademi.gov.in 022-24135744 | 24131948.

பெங்களூரு மத்தியக் கல்லூரி வளாகம், பல்கலைக்கழக நூலகக் கட்டிடம்,
டாக்டர் அம்பேத்கர் வீதி, பெங்களூரு 560 001
rs.rob@sahitya-akademi.gov.in. 080-22245152, 22130870.

ஒளி அச்சு : R. Udhayabaskar, Chennai - 32.
அச்சகம் : Mani Offset, Chennai - 14
Visit our website at http://www.sahitya-akademi.gov.in

உள்ளடக்கம்

முன்னுரையாகச் சில குறிப்புகள். 7

1. குடும்பப் பின்புலமும் சமூக வாழ்வும். 9
2. வேளாண் சமூகமும் கி.ராவும் 22
3. பெண்களும் கி.ராவும் 26
4. சாதியச் சமூகமும் கி.ராவும் 38
5. கி.ராவின் சமயப் பார்வை 42
6. கி.ராவும் மொழியும் 47
7. கி.ராவின் பார்வையில் பள்ளிக்கூடம் 53
8. எடுத்துரைப்பின் சிறப்பு 58
9. கி.ராவும் கடித இலக்கியமும் 68

பின்னிணைப்பு 72

முன்னுரையாகச் சில குறிப்புகள்...

கி.ரா. ஒரு வளமான தனிநபராகத் தன்னை வளர்த்தெடுத்துக் கொண்ட ஆளுமை. இந்திய இலக்கியச் சிற்பிகள் வரிசையில் அவரைக் கொண்டு சேர்க்கும் இந்த மாபெரும் பணியில் என்னை ஈடுபடுத்திக் கொள்வதில் பெரிதும் மகிழ்ச்சி கண்டேன். ஏறத்தாழ முப்பது ஆண்டுகள் (1991-2021) அவர் வாழ்வோடும் எழுத்தோடும் பழகிக் களித்தவன்; மறுவாசிப்பில் கி.ராஜநாராயணன் (1996), "கி.ராவின் புனை கதைகளும் இயற்கையை எழுதுதலும்" (2012) என்று இரண்டு திறனாய்வு நூல்கள் எழுதியவன்; "கிடை" என்ற குறுநாவலைப் புதுச்சேரி வானொலி நிலையத்திற்காக நாடகமாக மாற்றிப் படைத்தவன். இவ்வாறு அவர் எழுத்தில் வாசிப்புச் சுகம் கண்ட எனக்குச் சாகித்திய அகாதெமிக்காக இந்த நூலை எவ்வாறு, எந்த எந்த முறையில் எழுதி அளிப்பது என்கிற ஒரு பெரிய விவாதம் எனக்குள் பல நாட்கள் நடந்து கொண்டே இருந்தது. அதனாலேயே பல நாட்கள் ஓடி விட்டன. சிறுகதைகள், நாவல்கள், கட்டுரைகள், நாடகங்கள் என்று வழக்கமான பாணியில் வகைமை அடிப்படையில் அவர் எழுத்துக்களை மீண்டும் எழுதிக் காட்டுவதில் எனக்குச் சம்மதம் இல்லாமல் இருந்தது. பிறகு எப்படித்தான் எழுதுவது என்ற தேடலில் கிடைத்ததுதான் இப்பொழுது நான் எழுதியிருக்கும் இந்த நூலின் வடிவம். கி.ரா என்கிற, ஏறத்தாழ ஒரு நூற்றாண்டு கண்ட இந்த மாபெரும் கலைஞரின் பயணத்தின் அடிச்சரடாக நின்று இயக்கிய சக்தி எது என்ற கோணத்தில் அவர் எழுத்துக்களைப் பார்க்கத் தொடங்கியபோது வந்து வாய்த்ததுதான் இந்த நூலாக்கம். சமூகவெளியிலும் கலை இலக்கிய வெளியிலும் ஆதிக்கம் செலுத்தும் ஒரு சில அதிகார சக்திகள் கட்டமைத்து நிலைநாட்டி இருக்கும் கருத்தாடல்களுக்கு எதிராகப் பெருவாரி மக்களிடம் உயிர்ப்புடன் நிலவும் உரையாடல்களை, கலை இலக்கியங்களை, வாழ்க்கை வடிவங்களைக் கவனத்தில் எடுத்து மாற்றுப் பண்பாட்டை மேலெடுத்து நிலைநிறுத்துவதுதான் தனது இலக்கியப்பயணம் என்ற நோக்கில்தான் இயங்கியுள்ளார். ஓரளவு அதைச் சான்றுகளோடு இந்த நூலில் நீங்கள் பார்க்கலாம்.

அவரொரு வளம் காண இயலாக் கடல் போன்றவர். ஒரு குழந்தையின் இரண்டு கையிலும் அகப்பட்ட கடல் நீரைத்தான் இங்கே நீங்கள் பார்ப்பது என்கிற புரிதலே மிக முக்கியமானதெனக் கருதுகிறேன்.

அகடமிக்காக இந்திய இலக்கியச் சிற்பிகள் வரிசையில் நான் எழுதும் இரண்டாவது நூல் இது. கொரோனா காலத்தில் தஞ்சை ப்ரகாஷ் குறித்து இது போலவே பெரிதும் ஆர்வத்தோடு ஈடுபட்டு எழுதி முடித்தேன். இத்தகைய வாய்ப்புகளை வழங்கிய சாகித்திய அகடமி நிர்வாகிகளுக்கும் ஒருங்கிணைப்பாளராக இருந்த பத்மஸ்ரீ கவிஞர் சிற்பி அவர்களுக்கும், தற்போதைய ஒருங்கிணைப்பாளர் நண்பர் பேரா. அறவேந்தன் அவர்களுக்கும் அன்பான நன்றியைத் தெரிவித்துக் கொள்கிறேன். என்னுடைய இந்தப் பிரதியை வாசித்து ஒழுங்குபடுத்தி உதவிய என் மாணவர், பேராசிரியர் முனைவர் தி.குமாருக்கும் மிக்க நன்றி. வணக்கம்.

அன்புடன்

புதுச்சேரி – 8
11.08.2023.

க. பஞ்சாங்கம்
9003037904.
drpanju49@yahoo.co.in

1. குடும்பப் பின்புலமும் சமூக வாழ்வும்

நவீனத் தமிழ் இலக்கியப் பெருவெளியில் கடந்த ஒரு நூற்றாண்டு காலமாகப் பெரிதும் பேசப்பட்டு வந்த கி.ரா என்ற கி.ராஜநாராயணனின் (16.09.1923 - 17.05.2021) முழுப்பெயர் 'ராயங்கல ஸ்ரீகிருஷ்ண ராஜநாராயணப்பெருமாள் ராமானுஜம் நாயக்கர்' என்பதாகும். இன்றைக்குக் கோவில்பட்டிக்கு அருகில் இருக்கும், தூத்துக்குடி மாவட்டத்தைச் சேர்ந்த இடைசெவல் என்ற கரிசல் காட்டுக் கிராமத்தில் ஸ்ரீ கிருஷ்ண ராமானுஜன்-லட்சுமி அம்மாள் ஆகியோருக்கு ஐந்தாவது குழந்தையாகப் பிறந்து வளர்ந்தவர் கி.ரா. தந்தைக்கு அவர்கள் குடும்ப வழக்கப்படி இரண்டு மனைவிமார்கள் .அத்தகைய குடும்பத்திற்கே உரிய சிக்கலான பின்புலத்தில்தான் பிறந்து வளர்ந்து எட்டாம் வகுப்பு வரை உள்ளூரிலேயே இருந்த தொடக்கப்பள்ளியில் படித்துள்ளார். "பள்ளிக்கூடத்துப் பக்கம் மழைக்கு ஒதுங்கியவன் நான். அப்படி ஒதுங்கிய போதும் பள்ளிக்கூடத்தைப் பார்க்கவில்லை. மழையையே பார்த்துக் கொண்டிருந்தவன்" என்றும் "காடுகளில் ஆடு மேய்ப்பவர்களோடு சேர்ந்து சுற்றித்திரிந்து அவர்களின் கஞ்சியில் பங்கு கொண்டு எத்தனையோ நாட்கள் அலைந்திருக்கிறேன். அவர்களிடம் இருந்துதான் கதைகள் கேட்டேன். தமிழ் கற்றுக் கொண்டேன். ஆடு மேய்ப்பவர்கள், மாடு மேய்ப்பவர்கள், காடுகளில் வேலை செய்பவர்கள் இவர்கள்தான் எனக்கு ஆசான்கள். பள்ளி, பாடம், வாத்தியார் இவைகளைப் புறக்கணித்து விட்டுத் தனியாகக் காடுகளில் அலைந்து திரிந்ததனால் பல விஷயங்களையும் பார்க்கவும் கற்றுக் கொள்ளவும் முடிந்தது" என்றும் தன் பள்ளிப்பருவ வாழ்க்கையைப் பதிவு செய்துள்ளார் (பஞ்சாங்கம், க. 1996:166)

கி.ராவின் குடும்ப வாழ்க்கை 1954இல் அவரது 31 வது வயதில்தான் தொடங்கியுள்ளது. கணவதியம்மா உடனான அவருடைய திருமண நிகழ்ச்சி குறித்துப் பல செய்திகளை இங்கே பதிவு செய்ய வாய்ப்பு இருக்கிறது. தனது 23 வது

வயதில் (1945-46இல்) பெரிதும் காச நோயினால் பாதிக்கப்பட்டார். மருந்தே கண்டுபிடிக்கப்படாத அந்தக் காலகட்டத்தில் சிகிச்சைக்காகப் படாத பாடு பட்டுள்ளார். அந்தக் காலகட்டத்தை "என் வாழ்க்கையின் இருண்ட காலம்" என்கிறார். 1946 ஆம் ஆண்டு நாகர்கோவிலுக்கு அருகிலுள்ள புத்தேரி காதரின் பூத் மருத்துவமனையில் அமெரிக்க மருத்துவரான நோபிலின் பார்வையின் கீழ் எட்டு மாதங்களும் தொடர்ந்து மதன பள்ளி ஆரோக்யவரம் சானடோரியத்தில் மூன்று மாதங்களும் படுக்கையில் சேர்ந்து மருத்துவம் பார்த்து உள்ளார். நல்ல வேளையாக அதே காலகட்டத்தில்தான் காச நோய்க்கான மருந்து (ஸ்டெப்டோமைஸின்) கண்டுபிடிக்கப்பட்டது. காலனித்துவத்தின் காலமாதலால் உடனே அது இந்தியாவிற்கும் கொண்டு வரப்பட்டது. கி.ரா, பிழைத்துக் கொண்டார். நவீனத் தமிழ் இலக்கியத்திற்கும் ஒரு மாபெரும் ஆளுமை கிடைத்தது.

இவ்வாறு காசநோயினால் நுரையீரல் பாதிக்கப்பட்ட ஒருவருக்குப் (97-வயது வரை வாழ்ந்த கி.ராவுக்கு ஒரு நுரையீரல்தான் என்பார் ஔவை நகரில் அவர் வீட்டுக்கு எதிர் வீட்டில் இருந்த மருத்துவர் வீரப்பப்பிள்ளை) பெண் கொடுக்க யாரும் முன் வராத ஒரு சூழலில் அவர் வாழ்ந்த தெருவிலேயே இருந்த கணவதி அம்மாவின் குடும்பத்தினர் பெண் கொடுக்க முன்வந்தனர். அவர்களும் கி.ரா குடும்பத்திற்கு இருந்த பல ஏக்கர் நில புலங்களைக் கணக்கிட்டே துணிந்து கொடுத்தனர் என்ற தகவலையும் கி.ரா சொல்லியிருக்கிறார். இந்தத் திருமணச் சடங்கு குறித்தும் கி.ரா பெரிதும் சிலாகித்துச் சொல்லுவார். அதாவது திருமணத்திற்கு வந்தவர்கள் அனைவருக்கும் வெற்றிலை, பாக்குச் சுருள் மட்டும் கொடுத்ததோடு சிக்கனமாகத் திருமணம் முடிந்து விட்டது என்பதை அடிக்கடிச் சொல்லி மகிழ்வார்.

இப்படி இணைந்த தம்பதியினருக்கு இரண்டு ஆண் குழந்தைகள். மூத்தவர் பெயர் திவாகரன். இளையவர் பெயர் பிரபாகரன். மூத்தவர், தமிழ்நாடு காவல்துறையில் பணியாற்றி

ஓய்வு பெற்றுப் புதுச்சேரியில் வாழ்ந்து கொண்டிருக்கிறார். இளையவர், விவசாயம் பார்த்துக்கொண்டு இடைசெவல் கிராமத்தில் இருக்கிறார். ஆனால் தன் தந்தையைப் பின்பற்றிக் கரிசல் வாழ்க்கையைச் சிறுகதைகளாக எழுதிக் கொண்டிருக்கிறார். இரண்டு தொகுப்புகளும் கொண்டு வந்துள்ளார்.

***

கி.ரா வின் தாய்மொழி தெலுங்கு. ஆனாலும் தமிழ்நாட்டில் உள்ள தெலுங்குக் குடும்பத்தினர் போலவே தெலுங்கு, பேச மட்டுமே தெரியும். எழுதப் படிக்கத் தெரிந்த ஒரே மொழி தமிழ்மொழி மட்டும்தான்.

தன் இளமைக் காலத்திலேயே புத்தகங்களைத் தாகத்தோடு தேடித்தேடிப் படிக்கும் பழக்கத்திற்கு ஆளாகியுள்ளார். இதன் விளைவாக விவசாய சங்க மாநாடுகளிலும் இலக்கிய மாநாடுகளிலும் ஆர்வத்தோடு பங்கெடுத்துள்ளார். நெல்லை மாவட்டத்தின் விவசாயிகள் சங்க (கிஸான் சபா) மாவட்ட அலுவலகம் இடைசெவல் கிராமத்தில்தான் இருந்துள்ளது.விவசாய சங்க மாநாடுகளிலும் பொதுக்கூட்டங்களிலும் பாடுவதற்காகப் பல பாடல்களும் எழுதிக் கொடுத்திருக்கிறார். இளமையிலேயே இசையின் மேல் ஆர்வம் கொண்டு அதையும் கற்றுக் கொண்டிருந்ததால் பலவிதமான ராகங்களில் பாடல்களை எழுதிக் கொடுத்துள்ளார். அவற்றில் ஒன்றுதான் பிலஹரி ராகத்தில் அமைந்த

    காரிருள் போக்கியதே- கிஸான் சபை
    காலைக் கதிரவன் போலே

என்ற பாடலாகும் .

ஊரில் பெரிய நிலப்பிரபுக் குடும்பத்தில் பிறந்து வளர்ந்தாலும் பொதுவுடைமைத் தத்துவத்தில் ஆர்வம் கொண்டவராகத் தன் இளமைக் காலத்திலேயே

வெளிப்பட்டுள்ளார். நிறுவனமயப்பட்ட எதையும் எதிர்க்கிற ஒரு மனப்பான்மை அவருக்குள் இயல்பிலேயே உருவாகி வளர்ந்திருக்கிறது. கடுமையான ஆசார வைணவக் குடும்பச் சூழல். நெற்றியில் திருமண் இட்டுக் கொண்டு வந்தால்தான் சாப்பாடு என்று தந்தை ஆணையிட்டதால் "சாப்பாடே வேண்டாம் போ" என்று புறக்கணித்திருக்கிறார். அதிகாரத்திற்கு எதிரான இந்த மனப்பான்மையும் அருகில் இருந்த கோவில்பட்டி நகரில் இயங்கிய இலட்சுமி மில் தொழிலாளர்கள் உடனான தொடர்பும் அவரைக் கம்யூனிஸ்ட் இயக்கத்திற்குள் கொண்டு செலுத்தி உள்ளன. தனது இருபது வயதுக்குள்ளேயே இடைசெவல் கிராம கம்யூனிஸ்ட் கட்சியின் செயலாளராக இயங்கியுள்ளார். தான் பொதுவுடைமை இயக்கத்தில் சேர்ந்ததைக் குறித்து அழகாகப் பதிவு செய்துள்ளார்:

"நான் அரசியல் வகுப்புக்களில் கலந்து கொண்டும் புத்தகங்களைப் படித்தும் தேறி ஒரு அரசியல்வாதியாகக் கனிந்தவுடன் என் கையில் கட்சி கார்டு கொடுத்தார்கள். என் நீட்டிய இரண்டு கைகளிலும் அந்த கார்டை வைத்தவர் காலம் சென்ற என் அரசியல் ஆசான் தோழர் பி. சீனிவாசராவ் அவர்கள் ஆவார். கார்டை வாங்கி நான் விரித்துப் பார்த்தபோது அதில் ஒரு வாசகம் இருந்தது. "தோழர் லெனின் ஸ்தாபித்த கட்சியில் ஒரு அங்கத்தினன் என்ற கௌரவத்தைத் தவிர வேறு கௌரவம் இல்லை". (ராஜநாராயணன், கி. கட்டுரைகள், 2002 : 88-89)

கி.ராவின் அரசியல் ஈடுபாடு அந்த இளமைக் காலத்தில் எவ்வளவு தீவிரமாக இருந்திருக்கிறது என்பதை அறிந்து கொள்வதற்கு அவருடைய மற்றொரு கூற்றையும் இந்த இடத்தில் பதிவு செய்வது மிக இன்றியமையாத ஒன்று:

"கட்சி தடை செய்யப்பட்ட ரணதேவ் காலத்தில் இடைசெவல் மற்றும் சுத்துப்பட்டி விவசாயிகளும் கோவில்பட்டி லட்சுமி மில் தொழிலாளர்களும் இணைந்து ஒரு மே தின ஊர்வலத்தை நடத்தினோம். எதிர்பாராத இந்தச் செஞ்சட்டை

ஊர்வலத்தைக் கோவில்பட்டி மக்கள் விரிந்த கண்களுடன் புருவத்தை உயர்த்திப் பார்த்தது இப்போது நினைவுக்கு வருகிறது. கம்யூனிஸ்டுகளைக் கண்டால் கண்ட இடத்தில் சுடலாம், கேள்வி இல்லை என்று இருந்த காலத்தில்தான் அந்த ஊர்வலத்தை நடத்தினோம்". (பஞ்சாங்கம், க. 1996:167).

1947இல் இந்தியா சுதந்திரம் அடைந்தபோது அன்றைக்குக் காங்கிரஸ் கட்சிக்கு நிகராக அகில இந்தியப் பெருங்கட்சியாக இருந்தது கம்யூனிஸ்ட் கட்சிதான். அத்தகைய ஒரு கட்சி "இந்தியாவின் விடுதலை என்பது உழைப்பாளி வர்க்கத்திற்கானதாக இல்லை; அது வெறுமனே முதலாளிகளுக்கு இடையிலான கைமாற்றப்பட்ட சுதந்திரம்" என்று விமர்சித்தது. எனவே விடுதலை இந்தியாவில் கம்யூனிஸ்ட் கட்சி தடை செய்யப்பட்டது. அதன் தொடர்ச்சியாக இந்தியா முழுவதிலும் பல்வேறு சதி வழக்குகள் கம்யூனிஸ்ட்டுகள் மேல் போடப்பட்டன. தமிழ்நாட்டில் மட்டும் பத்துக்கும் மேற்பட்ட சதி வழக்குகள். அவற்றில் ஒன்றுதான் 1948 இல் தயாரிக்கப்பட்ட நெல்லைச் சதி வழக்கு என்பதாகும். கம்யூனிஸ்ட் கட்சி நிர்வாகிகள் மேல் கொலை, கொள்ளை, இரயில் கவிழ்ப்பு, வெடிக்குண்டு தயாரித்தல், கூட்டுச்சதி என்று பலவாறு வழக்குகள் போடப்பட்டன. ஏறத்தாழ 96 பேர் மேல் இச்சதி வழக்குப் பாய்ந்து உள்ளது. (விரிவாக அறியப் பார்க்கவும், "நெல்லைச்சதி வழக்கின் தியாக தீபங்கள்", ஜேக்கப். ஆர்.எஸ், 2015, என்.சி.பி.எச்.) இந்நிலையில் பொதுவுடைமைக் கட்சித் தலைவர்கள் பலரும் தலைமறைவு வாழ்க்கையை மேற்கொள்ளுமாறு ஆனது. கி.ராவும் இந்த வழக்கில் சேர்க்கப்பட்டதால் தலைமறைவு வாழ்க்கையை மேற்கொண்டார். மிகவும் ஆர்வந்தரத்தக்க ஒரு தகவல், இவ்வாறு தலைமறைவு வாழ்க்கையில் விருதுநகரில் இருந்த போதுதான் "சொந்தச் சீப்பு" (1948) என்ற தன் முதல் கதையை எழுதியுள்ளார் என்பதாகும். கி.ரா அதை இவ்வாறு பதிவு செய்துள்ளார்:

"நா அப்ப தலைமறைவு வாழ்க்கையில ஊர்ஊரா போய்கிட்டு இருந்தேன். வீர.வேலுச்சாமி விருதுநகரில் சௌராஷ்ட்ரா பள்ளிக்கூடம் என்று ஒரு பள்ளிக்கூடத்துல வேலை பார்த்தார். வேலுசாமிதான் கூப்பிட்டார்.

"நாங்க நாலு வாத்தியார்களும் ரூம் எடுத்துத் தங்கி இருக்கோம். எங்க கூட வந்து தங்குங்களேன், பாதுகாப்பாகவும் இருக்கும்" என்றார். அப்படித்தான் அந்த ரூமுக்குப் போய்ச் சேர்ந்தேன். நாலு பேரும் பள்ளிக்கூடத்துக்குக் கிளம்பிப் போயிருவாங்க. நான் மட்டும் அந்த ரூம்ல தனியாக் கிடக்கணும். வெளிய கூட எட்டிப் பார்க்க முடியாது. அப்போ அடைந்த ஒரு அனுபவத்தைதான் கதையா எழுதினேன்" (பஞ்சாங்கம், க.2022: ப.14)

இதேபோல் மற்றொரு தகவலையும் இங்கே பதிவு செய்ய வேண்டும். கி.ராவுக்கு நெருங்கிய நண்பராக இருந்த புகழ்பெற்ற டி.கே.சிதம்பரநாதன் முதலியார், அன்றைய சென்னை மாகாணத்தின் முதல்வராக இருந்த குமாரசாமி ராஜாவிடம் கி.ராவுக்காகப் பேசியதன் மூலம் அவர் அந்த வழக்கில் இருந்து விடுதலை செய்யப்பட்டார்.

**

கி.ராவின் சமூக, அரசியல் ஈடுபாடு திருமணம் முடித்த பிறகும் தொடர்ந்து நிகழ்ந்தது. 1960களில் தமிழ்நாடு முழுவதையும் உலுக்கிய நாராயணசாமி தலைமையிலான விவசாயப் போராட்டத்திலும் ஆர்வத்தோடு ஈடுபட்டுச் சிறை வாழ்க்கையும் அனுபவித்தார். மேலும் தன் சமூக வாழ்வில் பல வழக்குகளையும் அவர் மேற்கொள்ள நேர்ந்தது. 1966 இல் வெளிவந்த "தமிழ்நாட்டு நாடோடிக் கதைகள்" என்று தான் தொகுத்த நூலுக்கு முறையாக மதிப்பூதியம், வெளியிட்ட நிறுவனம் வழங்கவில்லை என்று வழக்குப் போட்டார். வாழ்வின் இறுதிக் காலத்தில் ஒரு பத்திரிக்கைக்கு வழங்கிய நேர்காணலில் குறிப்பிட்ட ஒரு சாதியைக் குறைவாகப் பேசி விட்டார் என்று

க. பஞ்சாங்கம்

தவறாகப் புரிந்து கொள்ளப்பட்டு வன்கொடுமைத் தடுப்புச் சட்டத்தின் கீழ் அவர் மேல் வழக்குப் போடப்பட்டது. அவருக்கு இருந்த செல்வாக்கினால் அந்த வழக்கில் இருந்து விடுதலை செய்யப்பட்டார். இந்த வழக்கில் பெரிதும் துணை நின்ற எழுத்துப் போராளி பா.செயப்பிரகாசம் இதை விரிவாகத் தனது நூலில் பதிவு செய்துள்ளார். (செயப்பிரகாசம், பா.2017)

**

அடிப்படையில் கி.ரா. நிலபுலம் உள்ள ஒரு விவசாயி என்றாலும் தன் துணைவியார் முன்னின்று விவசாயத்தையும் குடும்பத்தையும் பேணிக்காத்துக் கொள்ளக்கூடிய திறமை மிக்கவராக இருந்ததனால் இவர் வாசிப்பதிலும் நண்பர்களுக்குக் கடிதம் எழுதுவதிலும் ஆர்வத்தோடு ஈடுபடுவதற்கு வசதியாகப் போய்விட்டது. கூடவே பொதுவுடைமை இயக்கத் தொடர்பு இவரது இலக்கியச் செயல்பாடுகளுக்குப் பாதை அமைத்துக் கொடுப்பதாகவும் அமைந்தது. மேலும் தன் தெருவிலேயே பிறந்து வளர்ந்து இலக்கிய ஆளுமையாக வளர்ந்த கு.அழகிரிசாமி, திருநெல்வேலி எழுத்தாளர்களான வல்லிக்கண்ணன், தி.க.சிவசங்கரன், தொ.மு.சி.இரகுநாதன், நா.வானமாமலை முதலியோர் உடனான நட்பும் தொடர்பும் இவருடைய எழுத்து முயற்சிகளுக்குத் தொடக்ககாலத்தில் பக்கபலமாக நின்றுள்ளன. சிறு வயதில் இருந்தே இசையில் ஈடுபாடு கொண்டு விளாத்திகுளம் சாமிகள், காரக்குறிச்சி அருணாசலம், இராஜரத்தினம்பிள்ளை முதலிய இசை மேதைகளோடும் பழகியும் உரையாடியும் எப்பொழுதும் தன்னைச் சுற்றி ஒரு மேன்மையான கலை இலக்கிய வெளியை விடாமல் காப்பாற்றி வந்துள்ளார். டி.கே.சி என்ற அன்றைய மிகப் பெரிய ஆளுமையோடு நெருக்கமாகப் பழகத் தொடங்கிய பிறகு கட்சி அரசியலில் அவ்வளவாக ஈடுபாடு கொள்ளாமல் அழகியல் சுவையில், தேர்ச்சியான இரசனை முறைகளில் தன் ஆர்வத்தை மடைமாற்றிக் கொண்டாலும் கி.ரா, இளமையிலேயே தன்னை ஆட்கொண்ட மார்க்சியத் தத்துவத்தில் இருந்து,

எல்லோருக்கும் எல்லாம் கிடைத்துச் சரிநிகர் சமானமாக வாழ வேண்டும் என்ற அடிப்படை நோக்கில் இருந்து என்றைக்கும் விலகி நின்றது இல்லை.

**

கி.ராவின் படைப்பிலக்கியப் பயணத்தில் கவிஞர் மீராவிற்கும் அவரது அன்னம் பதிப்பகத்திற்கும் பெரும் பங்குண்டு. 1975இல் கி.ராவின் “வேட்டி” சிறுகதைத் தொகுப்பைக் கொண்டு வந்ததில் தொடங்கிய அவர்களுக்கு இடையிலான நட்பினால் அன்னம் பதிப்பகம் மூலம் கி.ரா, எழுத்துத் தமிழ் மக்களிடம் மிக வேகமாகப் பரவியது. அதே நேரத்தில் கி.ரா எழுத்தின் மூலம் மீராவின் பதிப்பகமும் நிலைபெற்று வளர்ந்தது என்பது வரலாறு. மதுரையில் 1984 ஆம் ஆண்டு மிகப் பெரிய அளவில் கவிஞர் மீரா அவருக்கு மணிவிழா நடத்தினார்; அந்த விழாவில்தான் முதன்முதலில் அதுவரை வெளிவந்த கி.ராவின் படைப்புகளைக் குறித்த திறனாய்வுக் கட்டுரைகள் அடங்கிய 'ராஜநாராயணீயம்” என்ற நூல் வெளியிடப்பட்டது. தமிழில் சிறந்த மார்க்சியத் திறனாய்வாளர்களாக அறியப்பட்ட அ.மார்க்ஸ், கோ.கேசவன் ஆகியோரெல்லாம் அதில் கட்டுரைகள் எழுதியுள்ளனர்.

**

கி.ராவின் வாழ்வில் மற்றொரு அதிசயம் நிகழ்ந்தது. அவர் தனது 66 ஆவது வயதில் தன் சொந்த ஊரான இடைசெவலில் இருந்து புறப்பட்டுப் புதுச்சேரிக்குப் புலம்பெயர்ந்தார். திருநெல்வேலி மாவட்டத்தைச் சேர்ந்த கல்வியாளரான கி.வெங்கட சுப்பிரமணியன் 1985இல் புதிதாகப் புதுச்சேரியில் தொடங்கப்பட்ட பாண்டிச்சேரி மத்தியப் பல்கலைக்கழகத்தின் துணைவேந்தராக நியமிக்கப்பட்டார். அவர் 1989ஆம் ஆண்டு கி.ராவைப் பல்கலைக்கழகத்தின் வருகைதரு பேராசிரியராக நியமித்தார். எட்டாம் வகுப்பு வரையே படித்திருந்த கி.ரா ஒரு மத்திய பல்கலைக்கழகத்தின் வருகைதரு பேராசிரியராக வந்து

அமர்ந்தது அதிசயமாகப் பார்க்கப்பட்டது. பல்கலைக்கழகத்தில் புதுச்சேரி வட்டார நாட்டுப்புறக் கதைகளைத் தொகுக்கும் திட்டத்தின் இயக்குனராகப் பணியாற்றியபோது இசைஞானி இளையராஜாவை அழைத்து நடத்திய கருத்தரங்கில் வாசிக்கப்பட்ட கட்டுரைகளை எல்லாம் தொகுத்துப் பல்கலைக் கழகத்தின் மூலமாக வெளியிட வாய்ப்புக் கிடைக்காமல் போன சூழலில் முனைவர் சிலம்பு செல்வராசு துணையுடன் அன்னம் பதிப்பகம் மூலமாக வெளிக் கொணர்ந்தார். இது போலவே அந்தத் திட்டத்தின் மூலமாகப் புதுச்சேரி வட்டாரத்தில் தொகுத்த நாட்டுப்புறக் கதைகளை எல்லாம் அன்னம் பதிப்பகம் மூலமாகவே வெளியிட்டார். இத்தகைய முயற்சிகள் புதுச்சேரி நாட்டுப்புற இயலுக்குப் பெரும் பங்களிப்பாக அமைந்தன என்பது குறிப்பிடத்தகுந்தது.

**

பல்வேறு விருதுகள் அவருக்கு வந்து வாய்த்தன என்றாலும், 1991இல் "கோபல்லபுரத்து மக்கள்" என்ற நாவலுக்காகச் சாகித்திய அகடெமி விருது வழங்கப்பட்டபோது இந்திய அளவிலான ஒரு அங்கீகாரமாக அமைந்தது. மேலும், சாகித்திய அகடெமியின் பொதுக்குழுவில் புதுச்சேரி மாநிலத்திற்கான பிரதிநிதித்துவம் இல்லாமல் இருந்தது. கி.ராதான் முயற்சி செய்து பொதுக்குழுவில் புதுச்சேரி மாநிலத்திற்கு என்று ஒரு உறுப்பினரை நியமிக்க ஏற்பாடு செய்தார். இதன் மூலம் புதுச்சேரி மாநிலத்தின் முதல் பொதுக்குழு உறுப்பினராக சாகித்திய அகடெமியில் ஐந்து ஆண்டுகள் பணியாற்றினார் (1998 - 2002).

எழுத்தாளர் பூமணி கி.ராவைக் குறித்துச் சொல்லும்போது "அவரால் ஒரு நொடியும் சும்மாவே இருக்க முடியாது. குப்பையைக் கிளறிக் கொண்டே இருக்கும் கோழியைப் போன்றவர்" என்று சொன்னதற்கு ஏற்பப் புதுச்சேரி வாழ்விலும் பல விதமான செயல்பாடுகளைச் செய்த வண்ணமாகவே இருந்தார்.

**

03.05.1996 அன்று பௌர்ணமி தோறும் மாலைப்பொழுதில் எழுத்தாளர்கள், நண்பர்கள் கூடி உரையாடும் ஒரு அமைப்பினைத் "தாப்பு" என்ற பெயரில் தொடங்கி ஏறத்தாழ பத்து ஆண்டுகள் நடத்தினார். கடலூரில் இருந்தெல்லாம் நண்பர்கள் அந்தக் கூடலுக்கு வந்து சென்றனர் என்பது சிறப்பு.

"கதை சொல்லி" என்ற பெயரில் (எண் வழிச் சிற்றிதழ்) இலக்கிய இதழ் ஒன்றை இரண்டாயிரத்தில் தொடங்கி அதன் ஆசிரியராகக் செயல்பட்டார். முதல் பத்து ஆண்டுகள் அதன் சிறப்பு ஆசிரியராகப் பேராசிரியர் க.பஞ்சாங்கம் இணைந்து கதை சொல்லி இதழை வெளிக்கொணர்ந்தார். சிறிதுகாலம் கழித்து நாட்டுப்புற ஆய்வாளர் கழனியூரான் திருநெல்வேலியில் இருந்து சிறப்பாசிரியராகச் செயல்பட்டார். பின்னர் வழக்கறிஞர் கே.எஸ்.இராதாகிருஷ்ணன் சென்னையிலிருந்து கதை சொல்லியைக் கொண்டு வந்தார்.

சாந்தி, சரஸ்வதி, தாமரை என்று சிறு பத்திரிகைகள் வழியாகவே தனது எழுத்துப் பயணத்தைத் தொடங்கியவர் என்பதனாலும் சிறு பத்திரிகைகள்தான் கனமான இலக்கியத்திற்குச் சேவை செய்கின்றன என்று கருதியதாலும் அத்தகைய சிறுபத்திரிக்கைகளை ஊக்குவிக்கும் நோக்கில் "கரிசல் கட்டளை விருது" என்று ஓர் அமைப்பினைத் தொடங்கி 1997 முதல் 2012 வரை தன்னுடைய பிறந்த நாளில் ரூபாய் 5000 பரிசாகக் கொடுத்து வந்தார். தீராநதி, காக்கைச்சிறகினிலே, தாமரை, செம்மலர் உட்பட மொத்தம் பத்தொன்பது சிற்றிதழ்கள் பரிசு பெற்றன.

அரசுச் செயலராக இருந்த திரு.ஹேமச்சந்திரன் முன்னெடுப்பில் 1998இல் தொடங்கப்பட்ட "பாரதி அன்பர்கள் அறக்கட்டளை" என்ற அமைப்பின் தலைவராக முதல் பத்து ஆண்டுகளும் தொடர்ந்து இறுதி வரை மதிப்புறு தலைவராகவும் இருந்து சிறப்புச் செய்தார். அறக்கட்டளையின் தலைவர் பொறுப்பில், உறுப்பினராக இருந்த பேராசிரியர்

க.பஞ்சாங்கத்தை நியமித்தார். புதுச்சேரி அரசு வழங்கும் பரிசுக்குரிய இலக்கிய விருதாளர்களைத் தேர்ந்தெடுக்கும் குழுவில் பத்து ஆண்டுகள் பணியாற்றினார். புதுச்சேரியில் புகைப்படக் கலைஞர் இளவேனில் கி.ரா., குறித்த ஒரு புகைப்படக் கண்காட்சியை நடத்தினார். இப்படி ஒன்று முதன் முதலில் கி.ராவுக்குத்தான் நிகழ்ந்திருக்கிறது என்று பரவலாகப் பேசப்பட்டது.

திரைப்பட உலகத்தின் பிரபலங்களோடும் நெருங்கிய தொடர்பில் இருந்தார். இசைஞானி இளையராஜா, நடிகர்கள் சிவகுமார், கமலஹாசன், நாசர், பார்த்திபன், இயக்குநர் தங்கர்பச்சான் முதலிய கலை உலகின் ஆளுமைகளோடு நெருங்கிப் பழகி வந்தார். நடிகர் சிவகுமார் இவரைத் தனது வளர்ப்புத் தந்தையாகவே தத்தெடுத்துக் கொண்டதாக மேடையில் அறிவித்தார். அதற்கு ஏற்ப இவருக்கும் இவர் குடும்பத்திற்கும் பேரப்பிள்ளைகளுக்கும் பொருளாதார உதவி உட்படப் பல்வேறு உதவிகளைச் செய்து வந்தார். நடிகர் கமலஹாசன் தன்னுடைய அறுபதாவது பிறந்த நாளில் ஒரு இலட்சம் ரூபாய் பணம் முடிப்போடு வந்து கி.ராவை வணங்கிச் சென்றார். இளையராஜா, தங்கர் பச்சான் மூலம் ரூபாய் நாற்பதாயிரம் கொடுத்து அனுப்பினார். இவ்வாறு திரைப்படக்கலைஞர்களோடு அவர் கொண்டிருந்த நட்பு, அவரது புகழ் பரவப் பெரிதும் துணை நின்றது.

**

படைப்புலகம் :

“கடிதம் எழுதியே இலக்கியம் படைக்கக் கற்றுக் கொண்டேன்” என்று சொல்லக்கூடிய கி.ராவின் முதல் கதை “சொந்தச் சீப்பு” என்பதாகும். 1948இல் சக்தி இதழில் வெளிவந்துள்ளது. அன்று தொடங்கிய இவருடைய இலக்கிய வாழ்வு அவர் மறைவதற்கு ஒன்று, இரண்டு மாதங்களுக்கு முன்பு வரை தொடர்ந்தது. 73 ஆண்டுகள் நடந்த

இந்தப்பயணத்தில் அவருடைய இறுதிப் படைப்பாக அமைந்தது "அண்டரெண்ட பட்சி" என்ற குறுநாவலாகும் (2021).

கி.ரா.வின் படைப்புக்கள் அனைத்தையும் ஒன்பது தொகுதிகளாக மொத்தம் 6271 - பக்கங்களில் அன்னம் பதிப்பகம் 2022இல் வெளியிட்டுள்ளது.

தொகுதி ஒன்றில் கோபல்ல கிராமம், கோபல்லபுரத்து மக்கள், பிஞ்சுகள், அந்தமான் நாயக்கர், வேதபுரத்தார்க்கு என்ற ஐந்து நாவல்களும் கிடை முதலிய குறுநாவல்களும் தொகுக்கப்பட்டுள்ளன (790 பக்கங்கள்), தொகுதி இரண்டில் எண்பத்திமூன்று சிறுகதைகளும் இரண்டு நாடகங்களும் இடம் பெற்றுள்ளன (710 பக்கங்கள்), தொகுதி மூன்றில் தொடர் கட்டுரைகளும் (591 பக்கங்கள்), தொகுதி நான்கில் தொகுப்புக்கட்டுரைகளும் (565 பக்கங்கள்), தொகுதி ஐந்தில் தனிக்கட்டுரைகளும் (744 பக்கங்கள்) தொகுக்கப்பட்டுள்ளன. தொகுதி ஆறிலும் ஏழிலும் நாட்டுப்புறக் கதைக்களஞ்சியம் என்ற தலைப்பில் முறையே 680+800 பக்கங்களில் அமைந்துள்ளன. தொகுதி எட்டில் கி.ரா எழுதிய கடிதங்களும் கி.ராவுக்கு எழுதப்பட்ட கடிதங்களும் இடம்பெற்றுள்ளன (824 பக்கங்கள்), ஒன்பதாவது தொகுதி அவர் தொகுத்த வழக்குச் சொல்லகராதி (567 பக்கங்கள்). அன்னம் பதிப்பகம் கதிர், தன் தந்தை மீராவின் நண்பர்க்கு அவரது நூற்றாண்டில் அற்புதமான ஒரு பதிப்புப் பணியினை நிகழ்த்திக் காட்டிவிட்டார். சி.மோகன், மாரீஸ், துரை.அறிவழகன் ஆகிய மூவரும் பதிப்புக்குழுவில் இடம்பெற்றிருப்பது பெருஞ்சிறப்பு.

படைப்புக்கள் குறித்துப் பல்கலைக்கழங்களில் முனைவர்பட்ட ஆய்வாளர்கள் ஆய்வு செய்கின்றனர். மேலும், பா.செயப்பிரகாசம், கே.எஸ்.ராதாகிருஷ்ணன், க.பஞ்சாங்கம், பக்தவத்சல பாரதி, சிலம்பு.செல்வராசு, மு.வேலாயுதம், காவ்யா சண்முகசுந்தரம், அரங்க முருகையன் முதலியோர் கி.ரா குறித்து நூல்களும் பலபேர் எழுதிய கட்டுரைத் தொகுப்புக்களும்

வெளியிட்டுள்ளனர். பு.ராஜா ஆங்கிலத்தில் கட்டுரைகளும் நேர்காணல்களும் வெளியிட்டுள்ளார். படைப்புக்கள் ஆங்கிலம், பிரஞ்சு, இத்தாலி, இந்தி, மலையாளம், தெலுங்கு முதலிய பல மொழிகளில் மொழிபெயர்க்கப்பட்டுள்ளன. ஊடகங்களிலும் கி.ராவின் எழுத்துக்கள் வெளியாகியுள்ளன. "விளைவு", கதை "பாவய்யா" என்ற பெயரில் குறும்படமாகியுள்ளது. "கதவு" என்ற புகழ் பெற்ற கதை தங்கராஜ் இயக்கத்தில் குறும்படமானது. கரண்ட், கிடை ஆகியன முறையே ஹரிஹரன், அம்ஷன்குமார் ஆகியோரால் திரைப்படமாக எடுக்கப்பட்டுள்ளன.

"கிடை" குறுநாவல் நாடகமாகக் க. பஞ்சாங்கத்தால் எழுதப்பட்டுப் புதுச்சேரி வானொலி நிலையத்தால் ஒலிபரப்பப்பட்டது. மேலும், வாரத்திற்கு ஒரு கதை என்ற முறையில் 27 சனிக்கிழமைகளில் கி.ராவின் கதைகள் ஒலிபரப்பப் பட்டன.

இவ்வாறு கி.ராவின் படைப்புலகம் எங்கும் பரவலாகித் தமிழ்மனப்பரப்பில் நிலை பெற்றுள்ளது. தனது 97ஆவது வயதில் மே மாதம் 17ஆம் தேதி 2021ஆம் ஆண்டு புதுச்சேரியில் மறைந்த போது தமிழ்நாட்டின் வரலாற்றில் முதன்முதலாக ஓர் எழுத்தளார்க்கு அரசு மரியாதையுடன் இறுதிச் சடங்கு நடந்தேறியது. புதுச்சேரி அரசும் அவர் தங்கி இருந்த வீட்டிற்கு முன்பு குண்டுகள் முழங்கி அரசு மரியாதை செய்தது. மேலும் தமிழ்நாடு அரசின் ஆணைப்படிக் கவிஞர் கனிமொழி முன்னெடுப்பில் கோவில்பட்டியில் கி.ரா. அவர்களுக்கு நினைவு மண்டபமும் எழுப்பி ஆளுயரச் சிலையும் நிறுவப்பட்டது என்பது குறிப்பிடத்தக்கது.

2. வேளாண் சமூகமும் கி.ராவும்

கி.ரா., அடிப்படையில் வேளாண் குடும்பத்தைச் சார்ந்தவர்; காந்தியடிகள் சொன்னது போல் இந்தியா கிராமங்களில் வாழ்ந்து கொண்டிருக்கிறது என்ற உண்மைக்கு ஏற்பக் கரிசல் காட்டுக் கிராம வாழ்க்கையை அதன் பன்முகப்பட்ட நுட்பங்களோடு ஆழமாகப் புரிந்து கொண்டவர். இந்தப் பேராற்றலைக் கண்டுதான் இவரைக் கடுமையான விமர்சனங்களுக்கு உட்படுத்தும் மார்க்சிய விமர்சகர் கோ.கேசவன் கூட அவருடைய படைப்புத் திறத்தைப் பார்த்து வியந்து கூறுகிறார்:

“கரிசல் மண் குறித்த கி. ராஜநாராயணனின் அறிதல் வியக்கத்தக்கது. இவர் அளவுக்கு தமது சூழ்நிலையை விளங்கிக் கொண்ட கலைஞர்கள் மிகவும் குறைவு.” (ராஜநாராயணீயம், ப.64) எனவே கி.ராவின் படைப்புவெளியில் வேளாண் மக்களின் வாழ்க்கைப்பாடுகள்தான் பெரிய அளவில் மண்ணின் மொழியோடும் மணத்தோடும் நீக்கமற நிறைந்து கிடக்கின்றன.

“கரண்ட்” என்றொரு கதை. கரண்ட் மோட்டார் வந்துவிட்டது. இனிக் கிணற்றிலிருந்து நீரை இறைக்கக் கமலை கட்டி வெயிலிலும் மழையிலும் மாட்டோடு மாடாக உழைத்து ஓடாய்த் தேயவேண்டாம். ஒரே ஒரு பொத்தானை அமுக்கினால் கிணற்று நீர் எல்லாம் குபுகுபு என்று மேலே உள்ள தொட்டியில் வந்து விழுந்து விடும் என்று மகிழ்ச்சியோடு விவசாயிகள் எதிர்பார்த்த சூழலில் நடைமுறையில் உண்மையிலேயே என்ன நிகழ்ந்தது என்பதைக் கி.ரா கலைநயமிக்கக் கதையாக்கி விடுகிறார்.

உணவு உற்பத்தியில் ஈடுபட்டுள்ள உழைக்கும் மக்களுக்கு ஒழுங்காக கரண்ட் கிடைப்பதில்லை .அரைக் கரண்டு ,கால் கரண்டு ,அதுவும் உழைக்கும் மக்களைத் தூங்கவிடாமல் நடுச் சாமத்தில் விடுவது; அதே நேரத்தில் அதிகாரிகளும் உடைமையாளர்களும் குடியிருக்கும் நகரத்தில் தினந்தோறும்

மும்மூன்று சினிமாக் காட்சிகள், ரேடியோக்கள், பாட்டுக்கள், விளம்பர அலங்கார ஒளி எழுத்துக்கள், பல்புக்களின் சர வரிசை; நகரமே ஒளி வெள்ளத்தில் தெய்வலோகக் காட்சியாய் விளங்குகிறது எனப் புனைந்து காட்டுகிறார். சரி, போகட்டும் தங்கள் குறைகளை மனுவாக எழுதிக் கொடுக்க வருகிற வேளாண் மக்களை, கரண்ட் பில்லைக் கட்ட வருகிற மக்களை மனிதர்கள் என்றாவது நடத்துகிறார்களா என்றால் அதுவும் இல்லை. புழுப் பூச்சியிலும் கேவலமாகப் பார்க்கின்றனர்.

"பப்ளிமாஸ் கன்னங்களோடு கடோர்கஜன் மாதிரி வீற்றிருக்கும் அதிகாரிகள், பெரிய பிளாஸ்கிலிருந்து காப்பியை ஊற்றிஊற்றிக் குடித்துக் கொண்டிருக்கும் அதிகாரிகள், மனிதன் ஒருவன் பக்கத்தில் வந்து நிற்கிறான் என்பதையே கண்டுகொள்ளாமல் பத்திரிக்கையில் படிப்பதுபோல பாவனை பண்ணி மனிதத்தைக் கேவலப்படுத்தும் அதிகாரப் பொம்மைகள், "போம், போம், பதில் வரும்" என்று எரிஞ்சு விழும் அதிகாரிகள்., இவர்கள் முன்னே கன்னத்தில் டொக்கு விழுந்த எளிய கிராமத்தான் ஒன்றும் செய்ய முடியாமல் தலை கவிழ்ந்து படி இறங்கிச் செல்லும் காட்சியைப் படைத்துக் காட்டுகிறார். இந்தக் கதை 1991இல் இந்தியத் தேசியத் திரைப்பட வளர்ச்சிக் கழகத்தின் நிதி உதவி பெற்று இந்தி மொழியில் ஹரிஹரன் இயக்கத்தில் குறும்படமாகியது என்பதும் குறிப்பிடத்தக்க ஒன்று.

இதேபோல் அவருடைய புகழ்பெற்ற "மாயமான்" என்ற கதையும் வேளாண் மக்களுக்காக அறிவிக்கப்படும் அரசுத் திட்டங்களை நம்பி மோசம் போகும் ஒரு விவசாயி வாழ்க்கையை விவரிக்கத் தொடங்குகிறது. கிணறு வெட்ட அரசாங்கம் இனாமாகக் காசு தருகிறது என்ற பத்திரிக்கைச் செய்தியைப் படித்துவிட்டுச் சிறு விவசாயி ஒருவர் கிணறு வெட்ட முயற்சி எடுக்கப்போய் இறுதியில் கடனுக்குள்ளும் சிக்கி இருப்பதை எல்லாம் இழந்து பஞ்சம் பிழைக்க ஊரைவிட்டே போகும் நிலைக்கு ஆளான சோகத்தை நுட்பத்தோடு எடுத்துரைக்கிறார். கதைக்கு "மாயமான்" என்று தொன்மத்

தலைப்பைச் சூட்டியவுடன் மற்றும் ஒரு பரிமாணம் கதைக்குக் கிடைத்து விடுகிறது. தீமையின் ஒட்டுமொத்த அடையாளமான இராவணன் அனுப்புகின்ற மாயமான்கள்தான் இந்த அரசாங்கத் திட்டங்கள். சீதை போன்று விவசாயிகள் அரசாங்கத்திடம் ஏமாந்து கொண்டே இருக்கிறார்கள். கதையின் இறுதியில் அந்த விவசாயி தான் படித்த அந்தப் பத்திரிக்கையைச் சுக்கு நூறாகக் கிழித்துப் போடுவார். அந்தக் காட்சி மூலம் அரசாங்கம், வட்டித் தொழில் முதலிய மனிதர்களுக்கு எதிரான அனைத்தையும் நொறுக்குகிற கலகக்காரனாக மாறினால் ஒழிய இங்கே உழைப்பவர்களுக்கு வாழ்க்கை இல்லை என்ற ஒரு தொனியும் ஒலிக்குமாறு கதையை அமைத்து விடுகிறார்.

இதேபோன்ற ஒரு கதைதான் "ஒரு வெண்மைப் புரட்சி" என்ற கதையும். மக்களுக்குப் பால்மாடு வாங்கக் கடன் திட்டம் என்ற நல்வாழ்வுத் திட்டத்தின் பேரில் நடக்கும் அரசாங்க அமைப்பின் சுரண்டல் வடிவத்தை அற்புதமாக இந்தக் கதையில் சொல்லி விடுகிறார். இந்த வெண்மைப் புரட்சித் திட்டம் மூலம் தூங்கிக் கொண்டிருக்கும் கிராமத்துப் பெண்களை இரவு இரண்டு மணிக்கே எழுப்பிப் பால் பண்ணைகளில் மாடுகளை நிறுத்திப் பாலைக் கறந்து காலையில் நாலு மணிக்கே அந்தக் கிராமத்தில் உற்பத்தியான பால், அந்தக் குடும்பங்களுக்கென்று ஒரு சொட்டுக்கூட இல்லாமல் பக்கத்து நகரங்களுக்குள் போய்ச் சேர்ந்து விடுகிறது. இப்படித்தான் விவசாயக் கிராமங்கள் எல்லாம் நகரங்களுக்கு வேண்டிய பொருட்களை உற்பத்திப் பண்ணும் கேந்திரங்களாக மட்டுமே இருக்கும் படியாக ஆக்கப்பட்டிருக்கின்றன.

தனது பண்ணைக்கான வேலை ஆட்களைத் தேடிப் பிடிப்பதிலும் அந்த வேலையாள் நல்ல உழைப்பாளியாக அமைந்து விட்டால், அவரை விடாமல் தக்க வைத்துக் கொள்வதற்கு நில உடைமையாளர்கள் கையாளும் விதவிதமான நுட்பம் செறிந்த தந்திரங்களையும் காட்சிப்படுத்தும்

அழகான ஒரு கதை, “தாவைப் பார்த்து” என்ற கதை ஆகும். இந்தச் சொல் புரியாமல் கி.ராவிடம் கேட்டேன் .“பள்ளத்தை நோக்கி” என்பது பொருளாம். புது ஆள் ஒருத்தன் ஒரு மடத்தில் வந்து படுத்து இருக்கிறான் என்ற தாக்கல் கிடைத்த உடன் சுதாரித்துக் கொண்டு மடமடவென்று அவனை வளைத்துப் போடுவதற்கு இறங்கும் ஒரு பண்ணையாரின் செயல்கள் கி.ராவுக்கே உரிய நையாண்டியோடு அமைந்துள்ளது இந்தக் கதையில். அதேநேரத்தில் உழைப்பவர்களைச் சுரண்டுகிறவர்கள் எவ்வளவு நுட்பமான தந்திரங்களோடு இயங்குகிறார்கள்; உழைப்பாளிகள் இந்தத் தந்திரங்களைப் புரிந்து கொள்ளும் சக்திஅற்று எவ்வாறு ஏமாளிகளாக இருக்கிறார்கள் என்பதை எல்லாம் புரியும் படியாக வாசகர்களுக்குள் கடத்தி விடுகிறார்.

இன்னும் அன்றைய வேளாண் சமூகத்தின் அச்சாணியாக விளங்கிய காளைமாடுகளை, மாடுகளாகப் பார்க்காமல் குடும்பத்தின் உறுப்பினர்கள் போலவே விவசாயிகள் நடத்தினார்கள் என்பதைச் சித்தரிக்கும் “குடும்பத்தில் ஒரு நபர்” என்ற கதை, விவசாயக் குடும்பப் பெண்கள் எவ்வாறு காலையில் கோழி கூவுவதற்கு முன்பே எழுந்து இரவில் தலை சாய்க்கும் வரை ஓய்வு ஒழிச்சல் இல்லாமல் வேலை செய்துகொண்டே இருக்கிறார்கள் என்பதைப் படம்பிடிக்கும் “வேலை... வேலையே வாழ்க்கை” என்ற கதை, கொத்தைப் பருத்தி, அவரி முதலிய பல்வேறு கதைகள் மூலமாகக் கிராமத்தின் விவசாயப் பின்புலத்தில் அதனை இயக்கும் பல்வேறு பண்பாட்டுக் கூறுகளையும் தனக்கே உரிய நுட்பமான பார்வையுடன் கலைப்படைப்பாக்கியுள்ளார் கி.ரா.

3. பெண்களும் கி.ராவும்

சமூக வாழ்வில் பெருவாரி மக்களாகவும் மக்களுக்குத் தேவையான உணவுப் பொருட்களை உற்பத்தி செய்து கொடுப்பவர்களாகவும் இருக்கிற வேளாண் மக்கள், எவ்வாறு மூன்றாம் தரக் குடிமக்களாக விளிம்பில் நிறுத்தப்பட்டிருக்கி றார்கள் என்பதைத் தனது படைப்புக்களில் எடுத்துக்காட்டிய கி.ரா, மக்கள்தொகையில் சரி பாதியாக இருக்கும் பெண்களின் மேல் ஆண்கள் நிகழ்த்திக் காட்டும் வன்முறைகளையும் மனிதாபிமானம் அற்ற செயல்பாடுகளையும் படைத்துக் காட்டி உள்ளார். அவற்றை இனிக் காணலாம்.

அதிகார அரசியலுக்கும் ஒடுக்குமுறைக் கொடுமைகளுக்கும் எதிராக வரலாற்றில் கலைஞர்கள்தான் முதலில் நிற்கிறார்கள்; எனவே ஆணாதிக்கத்திற்கு எதிராகவும் குரல் கொடுக்கிறார்கள். பொதுவாகவே ஒடுக்குமுறை அரசியலின் தொடக்கம் ஆண்-பெண் உறவில்தான் தொடங்குகிறது. ஆணை நோக்கப் பெண் என்பவள் படைக்கிற சக்தி மிக்கவளாக, உயிரியல் அடிப்படையிலேயே கருப்பையைக் கொண்டிருப்பவளாக விளங்குகிறாள். தன் உதிரத்தைத் தனக்குள்ளேயே பாய்ச்சி, குழந்தை என்கிற புதிய உயிரை உருவாக்குபவளாகவும் பாலூட்டி வளர்ப்பவளாகவும் செயல்பட்டு இந்த மண்ணுக்குள் இயற்கையாகவே வேர் விட்டு இருக்கிறாள் .எனவே இவ்வளவு கொடூரமான ஆணாதிக்கச் சூழலிலும் அவள் ஓர் உயிராய் வாழ்ந்து கொண்டிருக்கிறாள் என்றால் இந்தப் படைப்பாக்கக் குணம்தான் காரணம்.

இவ்வாறு இந்த மண்ணில் காலூன்ற வழியின்றிப் பாதுகாப்பு அற்ற ஒரு தளத்தில் ஆண் அந்தரத்தில் தொங்குகிறான். எனவேதான் எதற்கெடுத்தாலும் "சாவதுதான் வாழ்வு" என்று அழிவை முன்னிறுத்துவதும் (சிலம்பு: வாழ்த்துக் காதை) "மாயம் கொல்லோ, வல்வினை கொல்லோ யான் உளம் கலங்கி யாவதும் அறியேன்" (சிலம்பு:

கொலைக்களக்காதை) என்று சுய இரக்க உணர்வால் புலம்புவதும் இவன் இயல்பாகிறது. இத்தகைய ஒரு நிலையில்தான் பாதுகாப்பைத் தேடும் உயிரின் அடிப்படை உளவியலுக்கு ஏற்பப் பெண்ணோடு ஒட்டிக் கொள்ள முயல்கிறான். இயற்கையைப் போல, நிலத்தைப் போல மறு உற்பத்தி செய்யும் ஆற்றலோடு கூடிய பெண் அவனையும் தன் சக்திக்குள் பிடித்துப் போடுகிறாள். ஆனால் சக்தி குறைந்தவன் சும்மா இருப்பானா? உண்மையில் சக்தி உடையவர்களால் ஆக்கமே விளையும்; சக்தி உடையவர்கள் போல் நடிப்பவர்களால்தான் தீமைகள் உருவாகின்றன. என்வே ஆண்கள் சூழ்ச்சியில் ஈடுபடுகிறார்கள். கருப்பை நமக்கு இல்லையே என்று "கர்ப்பப்பைப் பொறாமை" எனப்படும் உளவியல் நோயாளியாக மாறுகிறார்கள். பொறாமை எப்பொழுதும் சூழ்ச்சிகரமாக இயங்கும் குணம் மிக்கது. வன்முறை கொண்டது. பழிக்குப் பழி வாங்கும் பண்புடையது. ஆண்களின் கதையைப் பழிக்குப் பழி வாங்கும் கதை என்று ஒற்றை வரியில் எழுதி விடலாம். (மகாபாரதம் முழுவதும் இந்தப் பழிக்குப் பழி வாங்கும் படலம் தானே) இத்தகைய பொறாமைக் குணத்தின் விளைவுதான் குடும்பம், மதம், கல்வி, அரசியல், கலை இலக்கியம் முதலிய ஆண்களின் சமூக இயந்திரங்கள் ஆகும். ஆண்களின் இந்தச் சமூகம் என்பதே தண்டனை கொடுப்பதற்காகவே வடிவமைக்கப்பட்ட ஒரு இயந்திரம் ஆகும். பொறாமை பிடித்த ஆண்களின் நெஞ்சில் இருந்து தெறித்து விழுந்ததாகும். இத்தகைய ஆணின் சமூக இயந்திரத்தின் மூலம் உணர்ச்சிக் கொந்தளிப்பு மிக்க பெண்களின் பாலியல் சுதந்திரம் ஒடுக்கப்படுகிறது. பெண்ணின் பாலுணர்வுப் பரவசத்தின் முன் ஈடு கொடுக்க முடியாத ஆணின் இயலாமைதான் ஒருத்திக்கு ஒருவன் மட்டுமே என்கிற ஆணாதிக்க ஒடுக்கு முறை அரசியல் பெண்ணின் மேல் திணிக்கப்படுவதற்குக் காரணமாகும். இப்படியாக மாபெரும் ஆலமரம், "போன்சாய்" மரமாகக் குடும்பம் என்கிற சின்ன தொட்டிக்குள் முடக்கப்படுகிறது; வேண்டிய இடத்திற்குத் தூக்கிச்

செல்லும் அளவிற்குச் சிறுமைப்படுத்தப்படுகிறது; ஆணாதிக்கம் சமூகத்தில் நிலைநிறுத்தப்படுகிறது. அதனால்தான் கி.ரா, ஓரிடத்தில் ஒரு கேள்விக்கு இப்படிப் பதில் கூறுகிறார்:

"பொதுவாகவே ஆண்களை விடப் பெண்கள் புத்திசாலிகள், தந்திரசாலிகள். பெண் நம்மை ஜெயித்து விடுவாள் என்று நாம் தான் அடக்கி வைத்திருக்கிறோம். ஒரு காலத்தில் அவர்களுடைய கொடிதான் ஓஹோ என்று பறந்து கொண்டு இருந்தது என்பது ஆய்வாளர்கள் மட்டுமே அறிந்த சங்கதி. ரசனையில், அனுபவிப்பில், ஞானத்தில் அதிகம் ஆர்வம் கொண்டவள் பெண் தான் என்று ரசிகமணி டி. கே. சி சொல்லி இருக்கார். பெண்ணைக் கரும்பு என்றும் ஆண் வெறும் நாணல் என்றும் உவமையில் சொல்லுவார் அவர். படிப்புக்கு மட்டுமல்ல கலைகளுக்கும் அதிதேவதை சரஸ்வதி என்கிற கலைவாணியே. அவளை வெற்றி கொள்ள முடியாது; இணைந்து வாழலாம்" (கி.ராஜநாராயணன் பதில்கள், ப.81).

**

கி.ராவின் சிறுகதை பின்னும் ஆற்றலைப் புலப்படுத்தும் கதைகளில் ஒன்று "பூவை" என்ற கதையாகும். சர்வதேசப் பெண்கள் ஆண்டை(1982) ஒட்டி எழுதப்பட்டது. இந்த கதையைச் சொல்வதற்குப் "பாத்திரம்" தேர்ந்தெடுக்கும் அமைப்பே பெண்ணியப் பிரச்சனைகளை எவ்வளவு நுட்பமாக அவர் புரிந்து வைத்திருக்கிறார் என்பதை வெளிப்படுத்துகிறது. "பேரக்கா" என்கிற அந்தப் பாத்திரத்தை இப்படி அறிமுகப்படுத்துகிறார்:

"கல்யாணப் பெண் ஓர் அனாதை. சின்ன வயசிலேயே எங்க சித்தப்பாவின் வீட்டு எருமை மாடு மேய்க்க வந்தாள். வீட்டு வேலையெல்லாம் கூடச் செய்வாள். சாப்பிடுகிற நேரம் தவிர அந்த எருமை மாடுகளின் சாண மூத்திர வாடையில்தான் அவள் வாசம்... -ஊமை இல்லை என்றாலும் வாய் திறந்து அதிகம் பேச மாட்டாள். செய்யச் சொல்கிற வேலையை

எவ்வளவு நேரம் ஆனாலும் எந்த நேரம் ஆனாலும் தட்டாமல் செய்வாள். ராத்திரி பத்து, பதினொரு மணிக்கு வீட்டு ஆட்கள் பூராவும் தூங்கிக் கொண்டிருப்பார்கள். தொழுவில் மாடுகள் தூங்கிக் கொண்டிருக்கும். கடைசியில் பாட்டிதான் சொல்லுவாள். "பேரக்கா, சரி போதும். நீ தூங்கப் போ" .பாட்டிக்குத் தூக்கம் வரும் வரை கை கால்களைப் பிடித்து விட வேண்டும் அவள். சேவலின் முதல் சத்தத்தை அடுத்துப் பாட்டியின் சத்தம் வரும். "பேரக்கா, ஏட்டீ, எந்தி". இந்த ஒரு வார்த்தைக்காகவே காத்திருந்தது போல் துள்ளி விழுந்து எழுந்திருப்பாள் பேரக்காள். உடனே முற்றம் தெளிப்பதிலிருந்து தொடங்கி விடும் வேலை...

"அவள் வளர்ந்த பிறகு மொட்டையிலிருந்து "பாப்" வைத்துக் கொள்ள அனுமதித்தார்கள். சித்தப்பா வீட்டுப் பையன்களுக்குப் பார்பர் வந்து கிராப் வெட்டி விடும்போது பேரக்காளுக்கும் அது ஒழுங்காக நடைபெறும் அவளைக் கேளாமலேயே...சிலர் அவளை இந்திரா காந்தி என்று பட்டப் பெயர் சூட்டி அழைத்தார்கள். அதற்கு ஒன்றும் சொல்ல மாட்டாள். இந்திரா காந்தி தன்னைப் போல் ஒரு பெண் என்றோ இந்தியாவையே ஆளும் ஒரு மாதரசி என்றோ அவளுக்குத் தெரியாது."

"இந்தக் கல்யாணத்தினால் பேரக்காவும் குமரய்யாவும் அந்த வீட்டுக்கு மேலும் கடமைப்பட்டவர்கள் ஆனார்கள். சந்தையில் மாடு பார்க்கிறதில் சித்தப்பா எவ்வளவு சாமர்த்தியசாலியோ அவ்வளவுக்கு வேலைக்காரனை இனம் கண்டு கொள்வதிலும் உண்டு....."

"பெரிய வாளியின் தாம்புக் கயிற்றைக் கிணற்றிலிருந்து தண்ணீரோடு இழுத்து இறைக்கும் போது அவளது பருத்த மார்பின் வடிவையும் புஜங்களையும் பார்த்துக் கிராமத்து இளவட்டங்கள் பெருமூச்சு விடுவார்கள்..."

இப்படியான ஒரு எடுத்துரைப்பு மூலம் பெண் என்பவள் எப்படி எல்லாம் சுரண்டப்படுகிறாள் என்பதைக் காட்சிப் படுத்தி விடுகிறார்.

பெண்ணியலார் இப்படிச் சொல்வார்கள்:

"நகரத்துத் தொழிற்சாலைகளில் தொழிலாளி சுரண்டப்படுகிறான்; அந்தத் தொழிலாளியை நோக்கக் கிராமத்துப் பண்ணைக் கூலி அதிகமாகச் சுரண்டப்படுகிறார். அந்தப் பண்ணைக் கூலிகளிலும் தாழ்த்தப்பட்ட சாதியைச் சார்ந்த ஆள் இன்னும் அதிகமாகச் சுரண்டப்படுகிறார். இவரைவிட அவர் மனைவி இன்னும் அதிகமாகச் சுரண்டப்படுகிறார். மனைவியை விட அந்த வீட்டில் பிறந்த பெண் குழந்தை அதிகமாகச் சுரண்டப்படுகிறது".

கி.ரா., மேலே ஒரு படி சிந்தித்துத் தாழ்த்தப்பட்ட குடும்பத்தில் உள்ள பெண் குழந்தையை விட அனாதையான பெண் குழந்தை இன்னும் அதிகமாகச் சுரண்டப்படுகிறது என்கிற உண்மையையும் "பூவை" என்ற இந்தக் கதை மூலம் வெளிக்கொணர்ந்து விடுகிறார்.

**

உலகத்தில் மொத்த உழைப்புச் சக்தியில் ஏறத்தாழ 75 விழுக்காடு உழைப்பைப் பெண்கள் தான் வழங்குகிறார்கள். ஆனால் உலகத்தில் அவள் பேரில் உள்ள சொத்து ஒரேஒரு விழுக்காடுதானாம். 25 விழுக்காடு மட்டுமே உழைக்கும் ஆண்கள் பெயரில் தான் 99 விழுக்காடு சொத்தும் இருக்கிறதாம். எனவேதான் இந்த மனித சமூகத்தை ஆணாதிக்கச் சமூகம் என அழைக்கிறார்கள். இந்த உண்மையைப் பல கதைகளில் பதிவு செய்து கொண்டே போகிறார். விவசாயக் குடும்பங்கள் நிறைந்த கிராமங்களில் வீட்டுக்கு ஒரு வேலைக்காரி வேண்டும் என்ற நோக்கிலேயே திருமணம் பல நிகழ்கின்றன என்பதை எடுத்துக்காட்டுகிறார்:

“கழுகுமலைச் சந்தையில் இருந்து அவர்கள் தொழுவிற்கு மாடு பிடித்துக் கொண்டு வந்த மாதிரி கழுகுமலை கழுகாசலப் பெருமாள் சன்னதியில் வைத்துக் கழுத்தில் மாலை போட்டு இவளை வீட்டுக்கு அழைத்துக் கொண்டு வந்தார்கள் (வேட்டி (தொ)., ப.35)” என்று ஒரு திருமண நிகழ்வை வர்ணிக்கிறார்.

பெண்களின் இத்தகைய உழைப்புச் சக்தியைத் தனது மனைவி மூலமாகவே கண்கூடாக அறிந்து “வேலை... வேலையே வாழ்க்கை” என்று ஒரு கதையைப் பெண்ணியத்திற்குத் தந்துள்ளார்.

“கெங்கம்மா” தலைக்கோழி கூப்பிட்டவுடன் எழுந்து மாடுகளுக்குக் கூளம் போட்டுவிட்டு முற்றம் தெளிக்கச் சாணிப் பால் கரைப்பதிலிருந்து, ஊர்அரவம் ஒடுங்கிய பிறகு தன் கணவனுக்குத் “தனி மனுஷ வாடையை” வழங்கிவிட்டுத் தூங்குகிற வரை அவள் செய்கிற அனைத்து வேலைகளையும் அந்தக் கதைக்குள் ஒன்று விடாமல் அடுக்கி விடுகிறார். வீட்டிலேயும் காட்டிலேயும் கணம் நேரம் கூட உட்காராமல் வேலை செய்து கொண்டே இருக்கும் தன் மனைவியின் செயலைக் கணவர், நாகையா,

“நாம் வாழ்க்கை வேறு, வேலை வேறு என்று நினைக்கிறோம்; இவளோ வேலையே வாழ்க்கையாக விளங்குகிறாள்” (ப. 54,) என்றும், “தூங்கும் நேரம் தவிர மற்ற நேரமெல்லாம் வேலைதான். தூக்கத்தையும் கூட அவள் ஒரு வேலையாகத்தான் செய்கிறாள்” (ப. 51) என்றும் நினைத்துப் பார்க்கிறார்.

ஓரத்து நாடுகளில் வேலைப்பளு காரணமாகப் பெண்கள், ஆண்களை விட முன்னதாகவே நோய்வாய்ப்பட்டு இறந்து விடுகிறார்கள் என்கிறது புள்ளி விவரம்.

****

பெண்ணை ஒடுக்கும் முறைமையின் மிகக் கொடூரமான ஒரு வடிவம் பாலியல் வன்முறையாகும். மனிதர்களிடையே சாதி, மதம், தேசம் என எதன் பொருட்டாவது கலவரம் வெடித்தால், போர் நடந்தால், இரண்டு குடும்பங்களுக்கு நடுவே அல்லது குழுக்களுக்கு நடுவே சண்டை மூண்டாலும் அங்கே எல்லாம் பெண்கள் மேல் பாலியல் வன்முறைகள் நடத்தப்படுகின்றன. வரலாற்றில் இத்தகைய பாலியல் வன்முறைகள் மூலமாகவே ஆணாதிக்கம் பெண்களை அடிமைப்படுத்தியது எனக் கருதலாம்.

கதை சொல்லியான கி.ரா, “பேதை” என்ற கதையில் ஒரு விதமான புராணத் தன்மையோடு எங்குமே நிகழ்த்தப்படும் பாலியல் வன்முறையை மேலான கலை நயத்தோடு படைத்துக் காட்டுகிறார். வேலை பார்த்த களைப்பில் அயர்ந்து மரத்தடியில் தூங்கிக் கொண்டிருக்கும் பஞ்சம் பிழைக்கப் புலம்பெயர்ந்து வந்த பேச்சியை ஒருவன் கெடுத்து விட்டு ஓடி விடுகிறான். அவள் தாயாகிறாள். ஆனால் அவளால் அவன் யார் என்று சொல்ல முடியவில்லை. “இது கூடத் தெரியாத தூக்கமா” என்று உறவுகளால் வசவு, அடி, உதை. இன்னும் எத்தனையோ வாங்கிக் கொள்கிறாள். ஆனால் குழந்தை பிறக்கிறது; பிறந்த கையோடு செத்து விடுகிறது. அந்தக் குழந்தையை மறக்க முடியாமல் புதைகுழியிலிருந்து அதன் எலும்புக்கூட்டை எடுத்து அணைத்த படி அலைகிறாள். வலிகளோடு வலிகளாகக் குழந்தை நினைவில் பைத்தியமாகிச் சிரித்தபடித் தெருவில் திரிகிறாள். “ஒருநாள் மீண்டும் நிறை மாசக் கர்ப்பிணியாய் வயிற்றைத் தள்ளிக் கொண்டு அந்தக் கோட்டிக்காரி ஸ்தனங்கள் ஆட, ஒரு ஆணைப் போல கைகளை முன்னும் பின்னும் வீசிக்கொண்டு திட் திட் என்று பூமி அதிர அந்தக் கிராமத்து நடுத்தெருவில் நடந்து கொண்டிருந்தாள் (ப.77)” என்று அந்தக் கதை முடியும்போது ஆண்களின் ஆன்மாவையே கிருமியாய்ச் சூழ்ந்து அரித்துத் தின்று கொண்டிருக்கும் பாலியல் வன்முறையை அழுத்தமாக எடுத்துரைத்து விடுகிறார்

இது போலவே “ஜடாயு” என்ற கதையில் ஒரு நள்ளிரவில் நாலைந்து ஆண்கள் சேர்ந்து ஒரு பெண்ணைப் பாலியல் வன்முறைக்கு உட்படுத்த முயலும்போது தாத்தையா நாயக்கர் தனியொரு மனிதராகப் போராடும்போது இராமாயணத்தில் வரும் ஜடாயுவின் இறக்கைகள் இரண்டும் வெட்டப்படுவது போல புஜங்கள் இரண்டும் வெட்டப்பட்டு மடியும் காட்சியைப் படைத்துள்ளார்.

அழகே உருவான சென்னா தேவியின்மேல் ஆதிக்கவாதிகளான இராஜாக்கள் கொண்ட பாலியல் வன்முறைதான், அவள் அழிவிற்கும் அவளைச் சார்ந்த இனமே வேரோடு பிடுங்கிக் கொண்டு தெற்கு நோக்கி ஓடிவந்து கரிசல் காட்டிற்குள் வந்து தஞ்சம் புக நேர்ந்ததற்கும் காரணம் என்பதையும் கோபல்ல கிராமம் நாவல் மூலம் சொல்லிவிடுகிறார்.

நிகழ்காலத்திலும் பெண்ணின் சுதந்திரம் நமது நாட்டில் எப்படி இருக்கிறது என்ற வினாவிற்குப் பதில் சொல்லும் போது அரசு அமைப்புகளே பெண்மையை எப்படிப் பாழ்படுத்திக் கொண்டிருக்கின்றன என்பதை நயமாக எடுத்துரைக்கிறார்:

“ரொம்பரொம்ப சிறப்பாக இருக்கிறது என்றுதான் சொல்லணும். “இந்தியாவில் ஒரு பொண்ணு தன்னந்தனியாக பயம் இல்லாமல் எப்போது நடமாட முடியுமோ அப்போதுதான் மெய்யான சுதந்திரம் வந்ததாக நான் கருதுவேன்“, என்று மகாத்மா காந்தி சொன்னதாக மேடையில் நம்முடைய அரசியல்வாதிகள் சொல்லிச் சொல்லி மாய்வார்கள். இப்போது அதில் ஒரு திருத்தம். இந்தியாவில் என்றைக்கு ஒரு பெண் அல்லது ஒரு கிழவி ஒரு காவல் நிலையம் சென்று மானபங்கம் அடையாமல் திரும்புகிறாளோ அன்றுதான் இந்திய நாட்டுக்குச் சுதந்திரம், பெண் சுதந்திரம் வந்ததாக ஒப்புக் கொள்வேன் (மேலது,ப.46)“.

இவ்வாறு சமூகத்தில் பெண்கள் மேல் ஏவப்படும் வன்முறை குறித்த பதிவுகளைப் படைப்புகளிலும் நேர்காணல்களிலும் மிக மேன்மையான முறையில் பதிவு செய்துள்ளார்.

****

பெண்களை அடிமைப்படுத்துவதற்குக் குடும்பம் என்கிற அமைப்பு எவ்வாறு ஒரு சமூக நிறுவனமாகச் செயல்படுகிறது என்பதையும் பல இடங்களில் சொல்லிக் கொண்டு போகிறார். குடும்பம், பாதுகாப்புத் தருகிறது என்ற பெயரில் மனிதர்களை நோயாளியாக மாற்றுகிறது. பெண்ணுக்குள் கருத்தியல் ரீதியான பொன் விலங்குகளைப் பூட்டுகிறது. இந்தக் குடும்பம்தான் சிங்காரித்துத் தாலியை அறுக்கிறது (சாவு - சிறுகதை), நெருப்புக்குள் தள்ளிப் பத்தினித் தெய்வம் என்று போற்றுகிறது. (கோபல்ல புரத்து மக்கள்)

இந்தக் குடும்பம் கல்யாணத்துக்கு முன்பு கன்னிகாக்கும் காலத்தில் பிச்சைக்காரர்களிடமும் வேலைக்காரர்களிடமும் பெரிதும் தாராள மனதோடு இருந்த பெண்களைக் கல்யாணத்திற்குப் பிறகு கணவன், பிள்ளை குட்டிகள் என்று ஆன பிறகு எவ்வளவு சுயநலமிக்கவர்களாக மாற்றி விடுகிறது என்பதைத்தான் 'கன்னிமை" என்ற கதையில் புனைந்து காட்டுகிறார்.

எனவே ஆணாதிக்கச் சமூகத்தில் விடுதலை வேண்டுமென்றால் பெண்கள் குடும்பத்தை விட்டு வெளியேற வேண்டும் என்ற தீவிரப் பெண்ணியலார் சிந்தனையை முன் வைக்கிறார். அதனால்தான் 'கோபல்லபுரத்து மக்கள்" நாவலில் அச்சிந்தலு - கிட்டப்பன் உறவை ஒரு காவியம் போலப் புனைகிறார். சேர நினைக்கும் இந்த இரண்டு இயற்கை உயிர்களை, இந்தச்சமூகத்தின் ஆதிக்க அரசியல் குணங்கள் பிரித்து விடுகின்றன. இருவருக்கும் தனித்தனியாக வேறு ஒரு துணையோடு குடும்பம் அமைத்துக் கொடுக்கப்படுகிறது.

ஆனால் அந்த இரண்டு உயிரும் அத்தனையையும் உடைத்து விட்டுப் பழைய பழக்க வழக்கங்களுக்குக் கட்டுப்படாமல் மீண்டும் சுதந்திரமாகத் தங்கள் விருப்பப்படி வாழத் தொடங்கியதாகக் காட்டுகிறார். இவ்வாறு ஒடுக்குமுறை அரசியலின் பயிற்சிக்களமே குடும்பம்தான். இதை மீறாமல் விடுதலை சாத்தியமில்லை. இந்தக் கருத்தைச் சொல்வதற்குப் பல காட்சிகளை எடுத்துக்காட்டுகிறார்.

புதுப்பொண்ணும் புதுமாப்பிள்ளையும் சாலையில் செல்லும் போது மாப்பிள்ளையின் செருப்பு, சகதியில் மாட்டிக் கொள்கிறது; அந்தச் செருப்பைத் தூக்கச் சொல்லும் புது மாப்பிள்ளை, பரசு நாயக்கரைப் பார்த்து, "நீரு ஆம்பிளைன்னா என்னக் கூப்பிடக்கூடாது உன்னோடு" என்று சொல்லிவிட்டுத் திரும்பிப் பார்க்காமல் போய்விடும் ஒரு பெண்ணைப் படைத்துக் காட்டுகிறார். அந்தப் பரசு நாயக்கரும் தன் மிச்ச காலம் எல்லாம் பிரம்மச்சரியம் காத்த நிலையையும் பதிவு செய்கிறார். இவ்வாறு குடும்பம் எனும் பாலியல் ஒடுக்கு முறை நிறுவனத்தால் சமூகத்தில் நிகழும் பரத்தமை, கைம்மை நோன்பு, சதி, பால்ய விவாகம், முதியோர் திருமணம், சக்களத்தி, வாழா வெட்டி முதலிய பல தீமைகளோடு மேற்கண்ட பிரம்மச்சரிய கூத்துக்களையும் வெளிப்படுத்துகிறார்.

ஆண்-பெண் பாலியல் உறவுகள் குடும்ப நிறுவனம் சொல்லுகிறபடிதான் இருக்க வேண்டும். இதை விடுத்து வேறு மாதிரி அமைந்தால் அது அசிங்கம், ஆபாசம், வக்கிரம், அக்கிரமம், ஒழுங்கீனம் எனக் கூச்சல் போடுவதைப் பற்றியும் கவலைப்படாமல் சமூகத்தில் நிலவும் பலவிதமான ஆண்-பெண் உறவுகளைத் தனது படைப்புகளில் பதிவு செய்து கொண்டே போகிறார். பாலியல் எந்த விதமான சமூக ஒழுங்கிற்குள்ளும் கட்டுப்படாது. பாலியலை ஒடுக்க ஒடுக்க அது வேறு ஒரு வகையில் வெளிப்பட்டுக் கொண்டே இருக்கும். ஏனென்றால் அது உயிர் உற்பத்தியோடு தொடர்புடையது. கோபல்ல கிராமம் நாவலில் தகப்பனும் மகனும் ஒரே பெண்ணைப்

பெண்டாளுவதாகக் காட்டுகிறார். ஊர், உலகம் 'இரட்டைத் தாலி சம்பிரதாயம்" என்று பெயரிட்டு ஏற்றுக்கொள்கிறது.

பாலியல் ஒடுக்குமுறை அரசியலின் விளைவாக, ஆணும் பெண்ணும் சந்தேகம் என்கிற நெருப்பை நெஞ்சுக்குள் வளர்த்துக் கொள்கின்றனர். கோபல்ல கிராமத்தில் சொக்கலிங்க ஆசாரியின் மனைவிக்குள் எழுந்து கூத்தாடிய சந்தேகம் அவர்கள் பிரிவுக்குக் காரணமாகிப் பிறகு அதுவே அவள் கொலை செய்யப்படவும் காரணமாகிவிட்டது.

"அப்பா பிள்ளை அம்மா பிள்ளை" என்ற சிறுகதையில் மனைவியுடன் பரமபத சோபன விளையாட்டில் மூழ்கும் கணவன், தன் மைத்துனி ஜானாமேல் மனதைப் படர விடுகிறான்.

"கீரியும் பாம்பும் "என்ற கதையில் மனைவி லேகா, தன் கணவன், நவநீதைப் பார்த்து "நீங்க உங்க அம்மாவை வச்சிருக்கீங்க" என்று கேட்கும் அளவிற்குச் சந்தேகப்படுகிறாள். இன்னும் "காலம் கடந்தது", "ஓட்டம்," முதலிய பல கதைகள் பாலியல் மீறல் காட்சிகளைப் படம் பிடிக்கின்றன. இவ்வாறு ஆண்-பெண் உறவில் நிகழும் பல்வேறு மீறல்களைக் காட்சிப்படுத்துவதன் மூலம் குடும்பம் என்ற நிறுவனத்தின் மேல் பொருத்தப்பட்டு இருக்கும் புனிதத்தைக் கேள்விக்கு உள்ளாக்குகிறார்.

****

கி.ராவின் சிந்தனையில் குறிப்பிடத்தக்க மற்றொன்று இந்த ஆணாதிக்கச் சமூகத்தில் ஆண்-பெண் என்ற பால் அடையாளத்தையும் இழந்து சமூகத்தால் பெரிதும் புறக்கணிக்கப்பட்டு ஓரத்தில் கிடக்கும் திருநங்கையர் பற்றிய அவரது அக்கறையாகும். "கோமதி" என்கிற அந்தக் கதை, இயற்கை செய்த சதியால் திருநங்கையாக வளர்ந்த கோமதி என்ற அந்த ஆண், பெண்ணாகத் தன்னை உணர்ந்து, தான் சமைப்பதற்காக வேலைக்குச் சென்ற இடத்தில் அங்குள்ள ஒரு

ஆணை விரும்பி அனுபவித்த அவமானத்தைக் காட்சிப்படுத்தும் கருணை ரசம் மிக்க கதை அது. சிறந்த கலைஞர்கள் எல்லாம் காலந்தோறும் சமூகத்தால் புறக்கணிக்கப்பட்டு ஓரத்தில் கிடக்கும் உயிர்களின் வாதைகளைக் குறித்தே பெரிதும் அக்கறையோடு சிந்தித்துச் செயல்பட்டு உள்ளனர்.

இவ்வாறு பலமுனைகளில் நின்று பெண்கள் சார்பாகப் படைத்திருந்தாலும் எழுத்தாளர் தமிழ்ச்செல்வன் போன்றோர் கி.ரா எழுத்துப் பல இடங்களில் பெண்களுக்கான ஞாயங்களை உரக்கப்பேசவில்லை என்ற விமர்சனத்தையும் முன்வைக்கின்றனர். குறிப்பாக வீட்டுக்கு வந்த மருமகள் பற்றிய சித்தரிப்புக்கள் (கீரியும் பாம்பும்., ஓர் இவள், காய்ச்ச மரம், அப்பா பிள்ளை அம்மா பிள்ளை முதலிய கதைகளில்) அப்படி அமைந்துள்ளன. இந்த விமர்சனத்தையும் கணக்கில் எடுத்துக் கொள்வதில் தவறில்லை. என்ன இருந்தாலும் "சாண் பிள்ளையானாலும் ஆண் பிள்ளை" என்ற உளவியல் வினை புரியும் ஒரு தமிழ்ச் சமூகத்தில் பிறந்து வளர்ந்த ஆண்தானே கி.ராவும்.

4. சாதியச் சமூகமும் கி.ராவும்

அடிப்படையில் இந்திய நாடு பல சாதியினர்கள் வாழும் ஒரு சமூகமாகத்தான் விளங்குகிறது. இந்த நாட்டில் மனிதர்களைச் சமூகமயப்படுத்துகிற முறையியலே அடிப்படையில் இங்கே நிலவும் சாதியத்தின் அதிகாரப் படிநிலைகளைச் சொல்லிக் கொடுப்பதாக இருக்கிறது. வாழ்க்கையை - சமூகத்தை - ஒன்றையொன்று பின்னிக்கொண்டு சுற்றுகிற ஓர் ஆரமாகப் (சக்கரமாக) பார்ப்பதை விடக் கோபுர வடிவில் அதிகாரப்படி நிலையில் உள்ள ஒன்றாகப் பார்க்கப் பழக்கிவிடுகிறது இந்தச் சாதியச் சமூகம். மனித வாழ்க்கையை ஆளுகின்றவர்கள் / பணிந்து போகின்றவர்கள் என்ற ஒற்றை வாய்ப்பாட்டுக்குள் போட்டு மடக்கி விட்டது இந்தச் சாதியம் என்ற கருத்தாக்கம். ஒவ்வொருத்தருக்குள்ளும் இருக்கும் அதிகாரத்திற்குத் தீனியாய்ச் சமூகத்தை மேல் / கீழ் என்று உடைத்து வடிவமைத்துள்ள தந்திரத்தினால் இந்தச் சாதிய உணர்வு என்பது இயற்கை உணர்வுபோல ஒவ்வொரு தனி மனிதருக்குள்ளும் நின்று நிலைத்து இயங்கிக் கொண்டிருக்கிறது. எனவேதான் சாதியத்தைக் கடந்து வெளியே வந்தவர் என்று ஒருவரைச் சுட்டிக் கூறமுடியாத நிலையே இன்று வரை நிலவுகிறது. அன்று தொட்டு இன்று வரை புத்த மதம் உட்பட, கிறித்துவம் உட்பட எதுவும் சாதியத்தின் பாதிப்பு இல்லாமல் தப்பித்து விடவில்லை. தொழிற் சமூகம் பெருகிப் புதிய புதிய சித்தாந்தங்களோடு வீரியமாக, விஞ்ஞானபூர்வமாக வந்த மார்க்சியமாவது தப்பித்ததா என்றால் அதுவும் இல்லை. அந்தக்கட்சிக்கே சாதிப் பெயரைச் சூட்டி விட்டது இங்குள்ள சாதியம். எந்த ஒரு சமூகத்திலும் பிரிவுகள், பிளவுகள், வேறுபாடுகள் இருக்கும்தான். ஆனால் இந்தச் சாதியச் சமூகத்தில், மேலே இருக்கும் குறிப்பிட்ட ஒரு சில சாதியினர் மட்டும் பிறப்பிலேயே உயர்ந்தவர்கள்; மற்றவர்கள் பிறப்பிலேயே தாழ்ந்தவர்கள், அடிமைப்பட்டுக் கிடக்க விதிக்கப்பட்டவர்கள் என்கிற இந்தக் கட்டுமானம்தான் இந்தியச் சமூகத்தின்

அனைத்துப் பின்னடைவுகளுக்கும் அடிப்படைக் காரணமாக அமைந்து கிடக்கிறது என்கிற புரிதல் அறத்தின் பக்கம் நிற்கும் கலைஞர்களுக்குள் சமத்துவச் சிந்தனைகள் பெருகிய 20 ஆம் நூற்றாண்டில் எளிதாகச் சென்று சேர்ந்து விடுகிறது. எனவே கி.ராவும் தன் படைப்புகளில் இந்தச் சாதியத்தின் கொடூரமான ஆதிக்க முகத்தை நுட்பமாகப் படைத்துக் காட்டியுள்ளார்.

கி.ரா., எழுத்துக்களிலேயே பெரிதும் உச்சம் தொட்ட படைப்பு என்று பலராலும் போற்றப்படும் "கிடை" என்ற குறுநாவலில் சாதியத்தின் சூழ்ச்சிகரமான அரசியல் செயல்பாடுகளைக் கலை நயத்தோடு சித்தரிக்கிறார்.

"பல பல நூற்றாண்டுகளாக அவர்களது முன்னவர்கள் பின்னி வைத்திருந்த பெண்உடம்பு, ஜாதி முதலிய மூடநம்பிக்கைகள் யாவும் சிலந்தியின் பலகீனமான வலைகளைப் போல் அறுந்து போயின. நுங்கு போன்ற அவளுடைய மிருதுவான நாக்கு அவனுடைய பற்களுக்கு இடையில் சுவை பட்டது" என்று செவனி - எல்லப்பன் காதல் வாழ்வைச் சித்தரித்து, அது முளையிலேயே கிள்ளி எறியப்படும் சாதியத்தின் நாசகாரச்சூழ்ச்சியையும் இந்தக் கதையில் அம்பலப்படுத்துகிறார். உயர் ஜாதி எல்லப்பன் இறுதியில் எந்தவிதமான மன உறுத்தலும் இல்லாமல் தன் உயர் ஜாதி வழக்கப்படி இரண்டு பெண்டாட்டி கட்டிக் கொண்டு பட்டணப்பிரவேசம் போகும்போது, அங்கே சேரியில் செவனி "யார் நீ? சொல்லு, சொல்லு" என்று கோடாங்கி அடிக்கும் விளாரு வீச்சுக்கு ஏற்பப் பேயாடும் காட்சியைக் காட்டிச் சாதியச் சமூகம் எவ்வளவு கூர்மையாகவும் கொடூரமாகவும் தன்னைக் கட்டு விடாமல் காப்பாற்றிக் கொண்டு வருகிறது என்பதை நெஞ்சுருகக் கூறிவிடுகிறார்.

**

கோபல்லபுரத்து மக்கள் நாவலில் உயர் சாதியினரான மக்களின் வாழ்க்கையைத்தான் பெரும்பாலும் எடுத்துக்

கூறுகிறார் என்றாலும், அந்தக் கிராமத்தில் உள்ள பல்வேறுப்பட்ட சாதியினரின் வாழ்க்கையையும் அவர்களுக்கு இடையே நிலவிய மேல் - கீழ் என்ற உறவின் அமைப்பு முறைகளையும் சலிப்பு ஏற்படாதபடிச் சொல்லிவிடுகிறார்.

சாதி வரிசையிலேயே கீழே இருக்கும் ஒரு சாதிக்கார வாலிபன், கள்ளுக்கடையை ஒழிப்பது தொடர்பாக ஏற்பட்ட பிரச்சனையில் உயர் சாதிப் பையன் ஒருவனுக்கு எதிராகக் கம்பை ஓங்கி விட்டதனால் ஊர்க்காரர்கள் எல்லாம் ஒன்று கூடிப் பஞ்சாயத்துப் பண்ணி அந்தப் பாலன் என்கிற வாலிபனை ஊரை விட்டே விரட்டி விடுகிறார்கள். இந்த நிகழ்ச்சியை எடுத்துரைக்கும் பாங்கில் அன்றைக்குக் கிராமத்தில் நிலவிய சாதியத்தின் கொடூரமான முகத்தை வாசகர்க்குள் உணரும்படியாகக் கடத்தி விடுகிறார். ஓரிடத்தில் இப்படி எழுதுகிறார்,

“ஜாதி என்றுதான் எழுத நினைத்தேன். ஒழிய வேண்டிய களு(ழு)தைக்குக் “கம்பீரம்” என்ன வேண்டிக் கிடக்கு என்று நினைத்தேன் .சாதி என்று எழுதினேன்” (கரிசல்காட்டுக்கடுதாசி, ப.200).

அரசியல் கவிதைகள்போல முழக்கங்களை முன் வைக்கிற பாணியிலிருந்து விலகிச் சத்தம் இல்லாமல் ஒரு காட்சியைச் சித்தரித்து விட்டு விலகிக் கொள்வதன் மூலம் கதை சொல்லி, அதைப் படிக்கின்ற வாசகருக்குள் பெரும்பெரும் வெடிச் சத்தங்களை எழுப்பி விட முடியும் என்கிற படைப்பின் கமுக்கம் அறிந்தவர். அப்படியான ஒரு கதைதான் “நெருப்பு“.

அந்தக் கரிசல்காட்டுக் கிராமத்தில் மேகாற்று அடிக்கிற காலம். இரவில் ஒரு கூரை வீட்டில் தீப்பிடித்துக் கொள்கிறது. இருக்கிற கொஞ்சம் நஞ்சம் தண்ணீரை வைத்து ஊரே கூடி நெருப்பை அணைக்கப் போராடிக் கொண்டிருக்கிறது. அந்த வீட்டுப் பிள்ளைகளுக்கு அம்மை விளையாடியிருக்கிறது. அந்தத் தாய் ஒவ்வொரு பிள்ளைகளாகத் தூக்கிக் கொண்டு வெளியே

ஓடி வருகிறாள். இறுதியாக ஒரு பிள்ளை மட்டும் மாட்டிக் கொள்கிறது. தாய் கதறுகிறாள். அப்பொழுது ஒரு பெண், பெற்றவளே போகத் துணியாத அந்த நெருப்புக்குள் துணிந்து பாய்ந்து ஓடுகிறாள். விடுபட்ட குழந்தையை அணைத்துத் தூக்கும் போது மேலே எரிந்து கொண்டிருந்த ஒரு நெருப்புக் கட்டை அவள் மேல் விழுந்து அப்படியே அமுக்கி விடுகிறது. நெருப்பை அணைத்த பிறகு உள்ளே போய்த் தேடுகிறார்கள். அந்தப் பெண், குழந்தையை அணைத்தபடி வெந்து கிடக்கிறாள். யார் என்று தெரியவில்லை. ஆராய்ந்து பார்த்தால் அந்த வீட்டுக்கார அம்மாதான் கண்டுபிடித்துச் சொல்லுகிறாள். எங்கள் வீட்டிற்கு எதிரே அமர்ந்திருக்கும் ஒரு தாழ்த்தப்பட்ட இனத்தைச் சார்ந்த பிச்சைக்காரிதான். அவள் வைத்திருந்த அந்த மண் சட்டி அங்கே கிடப்பதைப் பாருங்கள் என்கிறாள். உறுதியாகி விடுகிறது.

இப்பொழுது குழந்தைக்கு இறுதிச் சடங்கு செய்ய வேண்டும். ஆனால் நெருப்பில் வெந்த அந்த இரண்டு உடம்புகளையும் பிரிக்க முடியவில்லை. ஊர்க் கூடி முடிவெடுக்கிறது. அப்படியே இரண்டு உடம்பையும் தொட்டில் கட்டிச் சீலையில் வைத்துத்தூக்கிச் செல்லுகிறார்கள். இப்பொழுது தீண்டாமை என்கிற அந்தச் சாதிக் கொடுமை நெருப்பினால் எரிந்து போகவில்லையா என்று கேட்பது போல் கதையை முடிக்கிறார். கி.ராவின் கதை சொல்லலில் ஆகச் சிறந்த கதை "நெருப்பு" என்று நான் சொல்வேன்.

5. கி.ராவின் சமயப் பார்வை

மானுட சமூகத்தில் அதுவும் குறிப்பாக இந்தியச் சமூகத்தில் பிறந்ததிலிருந்து சாகும் வரைச் சமயத்தைச் சார்ந்திருக்கும் படியான ஓர் உளவியல் நெருக்கடியை உருவாக்கி மனிதர்களின் உயிருக்குள்ளையே ஆணிவேர் விட்டுக் கொம்பும் கிளையுமாகப் பூவும் பிஞ்சுமாகச் செழித்துக் கிடக்கும் இந்தச் சமயத்தை - அதன் செயல்பாட்டை - கி.ரா, கலைஞர்களுக்கு உரிய விமர்சனக் கண்ணோடுதான் புரிந்து வைத்திருக்கிறார். குருபூசை என்ற கதை மூலமாக எளிய மக்கள் நடுவில் நடைமுறையில் அது எவ்வாறு இருக்கிறது என்பதை மிக மேன்மையான முறையில் எடுத்துரைக்கிறார்.

மகள் வயிற்றுப் பேரன் “பரமு” என்ற பையன் நோயிலிருந்து எழுந்ததற்காகச் சோதிடன் சொன்னபடி, ஏழைக்கு ஏற்றவாறு ஒரு ஐந்து பரதேசிகளுக்கு அன்னதானம் கொடுக்கக் கோயிலுக்குக் கிளம்புகிறாள் “சிவாமி ஆச்சி”. மலை மேலே காவி ஆடை உடுத்திய பரதேசிகள் கூட்டம் எக்கச்சக்கமாகக் கூடியிருக்கிறது. பார்த்தவுடன் பாட்டிக்குச் சந்தோஷம் தாங்கவில்லை. பனை நார் கடகத்தில் கொண்டு வந்த சாப்பாட்டை இறக்கி உட்காருகிறாள். ஆச்சியைப் பார்த்து ஒரு இளம் பண்டாரம் மலர்ந்த முகத்துடன் விரைந்து வருகிறான். ஆச்சிக்குப் பக்திப் புல்லரிப்பு, முருகனே தன்னைத் தேடி வந்து விட்டதாக ஒரு சிலிர்ப்பு. தன்னை அறியாமலேயே “வா, முருகய்யா வந்துட்டயே” என்கிறாள். அந்தப் பண்டாரம், “பாட்டி, கடகத்தில் என்ன கொண்டு வந்திருக்கே?” என்கிறான்... “ஒனக்கு சாப்பாடு கொண்டு வந்திருக்கேன் முருகய்யா“. பாட்டி முருகனுடேயே பேசுகிறாள். இந்தப் பண்டாரமோ இலையையும் போர்த்தி இருந்த துணியையும் விலக்கிப் பார்த்துவிட்டு “எத்தனை பேருக்கு?” என்கிறான். பாட்டிக்குத் தொண்டை அடைக்கிறது.

“முருகா! இந்த ஏழைக்கிழவியால அஞ்சு பேருக்குத்தான் சாப்பாடு போட முடியும்” என்று சொல்லச் சங்கடப்படுகிறாள்.

க. பஞ்சாங்கம்

அதற்குள் பொறுமை இல்லாத பரதேசி, "சரி, பாட்டி, இப்போ ஒரு சாப்பாட்டுக்கு அஞ்சு ரூபா வாங்குறோம். ஐ அஞ்சி இருபத்தி அஞ்சி ரூபா உன்னிடம் இருந்தாச் சொல்லுன்னு" அழுத்தமாகப் பெருக்கல் வாய்ப்பாடு போடுகிறான். பாட்டி சிரிக்கிறாள். "இந்த முருகருக்கே ஏழைக் கிழவியோட விளையாடுவதற்குத் தணியாத பிரியம் போல" என்று நினைத்துக் கொள்கிறாள். அவள் இன்னும் நிலைமையைப் புரிந்து கொள்ளவில்லை. இலையை விரிக்கிறாள்; பரிமாறுகிறாள்; காலில் விழுந்து வணங்கிச் சாப்பிடக் கூப்பிடுகிறாள். "அஞ்சி, அஞ்சி ரூபா கொடுத்தா, சாப்பிடுறோம். இல்லைன்னா சாப்பாட்ட எடுத்துக்கிட்டுப் போய்ச் சேரு" என்ற கடுமையான வார்த்தைக் காதில் விழுகிறது. பாட்டிக்கு இப்பொழுதுதான் முருகன் விளையாட வில்லை என்று தெரிகிறது. மீண்டும் அவர்கள் காலில் விழுகிறாள், அழுகிறாள், தொழுகிறாள்; பயனில்லை. "முருகா, இது என்ன சோதனை" என்று முருகன் மேல் பாரத்தைப் போட்டுவிட்டுக் காத்திருக்கத் தொடங்குகிறாள்.

இப்படி எல்லாவற்றையும் முருகன்மேல் போடுவது பாட்டி மட்டுமல்ல, அந்தக் கிராமமே அப்படித்தான். பெரிய பஞ்சம் ஒன்று வருகிறது. அதற்குப் "பிண்ணாக்குப் பஞ்சம்" என்று பின்னால் பெயர் சூட்டினார்கள். இந்தப் பஞ்சத்தினால் முருகன், வள்ளியோடு ஓடி விளையாடுகிற காடு என்று நம்பி, காய்ந்து உதிர்ந்த சுள்ளியைக் கூடத் தொடாமல் காப்பாற்றி வந்த அந்தக் காட்டின் அழிவைக் கூறுவதன் மூலம் மனிதர்களின் மத உணர்வை மற்றொரு கோணத்தில் சித்தரிக்கப் பயன்படுத்திக் கொள்கிறார். பசி தாங்காமல் அந்தக் கிராமத்து மக்கள் காய்ந்த சுள்ளிகளைப் பொறுக்கி, பிழைக்கத் தொடங்குகிறார்கள். சுள்ளியை விற்றுக் கிடைக்கிற முக்கால் ரூபாய்க்குப் பிண்ணாக்கு வாங்கிக் குடும்பத்தோடு அதைத் தின்று தண்ணீர் குடித்துவிட்டுப் படுத்துக் கொள்கிறார்கள். சும்மா படுக்கவில்லை. பிறகு எப்படித் தெரியுமா? கதைசொல்லி சொல்லுகிறார்:

“அப்பாடி, ஒரு நாப்பொழுது போச்சு. முருகர் இன்னைக்கு படியளந்துட்டார்; நாளைக்கு எப்படியோ பார்ப்போம்”. இந்தப் பஞ்சத்திலும் வயிறு நனைய வழி ஒன்று காட்டினானே என்று முருகனுக்கே பெருமை சேர்க்கிறார்கள். பாவி ஒருவன் கொள்ளை கொள்ளையாய்ப் பணம் குவித்தாலும் அதுவும் முருகன் செயல். நாம் செய்த பாவம் இப்படித் தரித்திரமா கிடக்கிறோம். முருகன் கணக்காகத்தான் எல்லாம் செய்கிறான். இப்படிப்பட்ட நம்பிக்கைகள்தான் மனச்சாட்சி இன்றிக் கொலை, கொள்ளை, ஊழல் புரிபவனையும் காப்பாற்றுகிறது. நமக்கு மட்டும் இலஞ்சம் வாங்க வாய்ப்புள்ள பதவி கிடைத்திருக்கிறது. அதற்கான மன நிலையிலும் வைத்திருக்கிறது என்றால், அவையெல்லாம் கடவுள் கிருபைதானே என்று நம்பிக் கோடிகோடியாய்க் குறுகிய காலத்தில் குவிக்கிறான். எனவே கடவுளுக்குக் கைமாறாகத் தேங்காய் உடைக்கிறான்; உண்டியலை நிரப்புகிறான்; கோயில் கட்டுகிறான். மேலும்மேலும் பணம் குவிந்தால் நகரத்திற்கு ஒன்றாகக் கோயில் கட்டி விடுகிறான். இப்படி இருக்கிறது கடவுளுக்கும் மனிதனுக்கும் பணத்திற்குமான உறவு.

“ஒரு அஞ்சி பரதேசி சாப்பிட வர மாட்டானா” என்று காத்திருக்கும் சிவகாமியாச்சி ஆச்சரியப்படும்படியாக அங்கே ஒன்று நடக்கிறது. அணாவட்டி சுப்பா நாயக்கர் காரில் பேத்தியோடு வந்து இறங்குகிறார். வரிசையாக இலை போடப்படுகிறது. ஒவ்வொரு இலைக்கும் தெரியும்படியாக நம்பர் வரிசை மாறாமல் புது ஐந்து ரூபாய் நோட்டு பேத்தி பிஞ்சு விரலால் வைத்துக் கொண்டே வருகிறாள். இரண்டு ஐந்து ஒட்டி விடக்கூடாது என்ற கவனமும் தெரிகிறது. சாப்பிட, வாயால் கூப்பிட்டவுடன் பரதேசிகள் “முருகா, முருகா” என்று ஒரத்த முழக்கத்தோடு இலையின் முன்னால் உட்காருகிறார்கள். தன்னையும் சாப்பிடக் கூப்பிடும் அந்தப் பட்டுப்பாவாடை சிறுமியின் கன்னத்தை விரலால் தொட்டு, தொட்டவிரலுக்கு முத்தம் கொடுத்துவிட்டுத் தனது விரித்திருக்கும் இலைக்குத்

க. பஞ்சாங்கம் 45

திரும்புகிறாள் பாட்டி. காலில் விழுந்து கூப்பிட்டும் வராத பரதேசிகள், ஒரு சொல்லுக்குக் கூடக் காத்திருக்காமல் ஓடி உட்கார்ந்த காட்சியோடு, கூடையில் மிச்சம் இருந்த சோற்றையும் அந்த இலைகளில் கொட்டி விட்டு "வெறும் வயித்துடன்" அந்த வேகாத வெயிலில் பாட்டி நடக்கத் தொடங்குகிறாள், "போடா பரதேசி" என்கிற வசைச்சொல் எப்படிப் பிறந்தது என்கிற வரலாற்றை, இந்தக் கதையைப் படிக்கிற வாசகனுக்குள் ஒரு மின்னல் வெட்டு போலக் கண நேரத்தில் பாய்ச்சி விடுகிறார் கதை சொல்லி. கி.ராவின் சிறப்பே இதுதான். எந்த ஒன்றை எழுதினாலும் பேசினாலும் அது தொடர்பான அனைத்துச் சிந்தனைகளையும் காட்சிகளையும் சித்தரித்து விடுவார். வழக்கமான சிறுகதைகளை வாசிக்கிறவர்களுக்கு "இது என்ன, இவர் கதை, சம்பந்தமில்லாமல் ஏதோ ஏதோ சொல்லுகிறது, எங்கெங்கோ போகிறது" என்பது போல முதலில் தோன்றும். "தனக்குத் தெரிந்ததை எல்லாம் சிறுகதை என்கிற சின்னச் செப்புக்குள் திணிக்கிறார்" என்று கூடச்சொல்லத் தோன்றும். ஆனால் நிதானமாக, அவசரம் இல்லாமல் எண்ணிப் பார்த்தால் தெரியும், கி.ரா, ஒரு ஆரஞ்சுப் பழம்போலச் சுவை நீரைக் கட்டம் கட்டிப் பாதுகாப்பு வளையம் போட்டுப் பக்குவமாகத் தருகிறார் என்பது. இப்படிப்பட்ட ஒரு தன்மையின் காரணமாகத்தான் எழுத்தாளர் பூமணி இப்படிக் கூறுகிறார் அற்புதமாக:

"கதையைக் கேட்கிறது; பார்க்கிறது; படிக்கிறது; இத்தனையும் அவர் கதைகளில் ஒரே சமயத்தில் நடக்கிறது" (ராஜநாராயணீயம்,ப.6)

இவ்வாறு பணத்திற்கும் மதத்திற்குமான உறவு எந்தவிதமான ஒரு நிலைக்குப் போய்விட்டது என்பதைக் கிராமத்தில் நடக்கும் ஒரு காட்சியைப் படைப்பாக்கியதன் மூலம், சமூக வாழ்வின் பெரும் பரப்பை ஆக்கிரமித்துக் கொண்டிருக்கும் சமயத்தின் புறச் செயல்பாடுகளை எண்ணிப் பார்க்கும் படியாக எடுத்துரைத்து விடுகிறார். மதம் என்கிற பூதாகரமான ஒரு

அமைப்பை நுட்பமாக விமர்சிக்கும் வேலையிலும்கூட, அங்கதமாகச் சிரிக்கத் தகுந்த நிகழ்வுகளையும் சித்தரித்து விட்டு, பூனைபோல மெதுவாக நகர்ந்து கொள்கிற லாவகம்தான் கி.ராவின் சிறப்பே. இந்தப் பண்புதான் "வாடா மலர்களாய்ப் புஷப்பிக்கப் போகும் ஒரு செடி கி.ரா" என்று அவர் தெருக்காரர், எழுத்தாளர் கு.அழகிரிசாமியைச் சொல்ல வைத்தது போலும்.

6. கி.ராவும் மொழியும்

ஓர் எழுத்தாளரின் இலக்கியத் தேடல் என்பது அவர் தனக்கான மொழியை வடிவமைத்துக் கொள்ளும் ஆற்றலில் இருந்துதான் தொடங்குகிறது. காரணம், மொழி என்பது ஓர் உயிர்க் கூட்டத்தின் உற்பத்தி; ஆதிகாலம் தொட்டுத் தொடர்ந்து வரும் மனித நாகரிகத்தின் சேமிப்புக் கிடங்கு. சிலர் நினைப்பதுபோல அது வெறுமனே கருத்துப் பரிமாற்றக் கருவி மட்டுமல்ல. மனிதர்களையே வடிவமைக்கிற கண்ணுக்குத் தெரியாத நுட்பமான எட்டுத்திக்கும் மிகுந்து பரவுகின்ற கைகளைக் கொண்டு இருக்கிறது. இத்தகைய கூட்டாற்றல் கொண்ட மொழியை அதன் நுட்பத்தோடும் கனத்தோடும் உள்வாங்கிக் கொள்ளுதல் என்பதில்தான் எழுத்தாளனின் வெற்றி அடங்கியிருக்கிறது. கி.ரா, அத்தகைய ஒரு எழுத்தாளர். கரிசல் வட்டாரத்தின் மொழியை அதற்கே உரிய எல்லா விதமான பன்முகக் கூறுகளோடும் பாவங்களோடும் தொனிகளோடும் விதவிதமான சொல் முறைகளோடும் உள்வாங்கித் தன்வயப் படுத்தியவராக விளங்குகிறார்.

மேலும், தான் அறிந்த கரிசல் வட்டாரத்தின் மொழியை - அதன் ஒலிக் குறிப்பை எல்லாம் - ஒன்று விடாமல் பதிவு செய்துவிட வேண்டும் என்று தமிழில் முதன் முதலில் "கரிசல் காட்டு அகராதி" தயாரித்து வெளியிட்டார். "கொடுந்தமிழ்" என்ற முன்னோர்கள் கூற்றில் உள்ள அதிகாரப் போக்கை உடைத்து, அதற்கு ஒரு இலக்கியத் தரம் கொடுக்க முயற்சித்தார். அந்த அகராதியில் பேச்சு ஒலியைப் பதிவு செய்ய அவர் படும் பாடு ஒரு மொழி அறிஞரையே அடையாளம் காட்டுகிறது.

"உழுது கொண்டிருக்கும் போது வலத்தையைத் திருப்ப மட்டியை ஒட்டவைத்து மேல், கீழ் உதடுகளை உள் மடித்து வாய்க்குள் வேகமாகக் காற்றை (சுவாசப் பைகளுக்குள் போகாமல்), அழுத்தி உள்ளிழுக்கும் போது ஒரு சத்தம் உண்டாகும்".

"நின்று கொண்டிருக்கும் ஆடுகளைப் புறப்படச் சொல்ல வாயினுள் நாக்கை ஒரு பக்கத்தில் மட்டும் ஒட்டவைத்து ஓசை எழுப்புவார்கள். இந்தச் சொல் ஓசையைக் கேட்டதும் ஆடுகள் புறப்பட்டு விடும். இதேபோல் போய்க்கொண்டே இருக்கும் கால்நடைகளை நிற்கச் செய்ய, வேகமாகப் போகச் சொல்ல, தண்ணீர் குடிக்கச் சொல்ல, நிதானப்படுத்த - இப்படியாகப் பல வார்த்தைகள் ஒலி வடிவில் இருக்கின்றன. வட்டாரத்துக்கு வட்டாரம் இந்த ஒலிச்சொற்கள் வேறுபடும்."

இன்னும் வட்டாரச் சொற்களைப் புரிய வைப்பதற்குக் கதை சொல்லுதல், நாட்டுப்புறப் பாடலைக் குறித்தல், படம் போட்டுக் காட்டுதல் முதலிய பல உத்திகளைக் கையாளுகிறார். இத்தகைய கி.ராவின் மொழி பற்றிய புரிதல்தான் இவரைப் பெரும் படைப்பாளியாக ஆக்கி இருக்கிறது என்று சொன்னால் தப்பில்லை. எழுத்தாளர் பூமணி இதை இப்படி வெளிப்படுத்துகிறார்:

"மொழிப் பிரயோகத்தின் அர்த்தத்தை உன்னதப்படுத்தி நிஜ வாழ்க்கையையும் இலக்கியத்தையும் மொழியால் பிணைத்து இடைவெளியைக் குறுக்கினார். கலைப்படைப்பில் மொழியும் படைக்கப்பட வேண்டிய அவசியத்தை உணர்த்தினார். தமிழ் இலக்கியத்தில் பல ஜாம்பவான்களுக்குப் பிடிபடாமல் போன இந்த விஷயம், இந்த நோஞ்சானுக்கு மட்டும் பஞ்சாரத்துக்குள் அகப்பட்ட கோழிக்குஞ்சுபோல் பிடிபட்டுப் போனது. இது தமிழ் இலக்கியத்திற்குக் கிடைத்த பெரிய லாபம்" (ராஜநாராயணீயம், ப.7)

படைப்பிற்கும் பேச்சு மொழிக்கும் இருக்கும் உறவைக் கி.ரா, எவ்வளவு நுட்பமாகப் புரிந்து வைத்திருக்கிறார் என்பதற்கு இன்னும் ஒரு சான்றைச் சொல்லலாம். கி.ராவிடம் இப்படி ஒரு கேள்வி கேட்கப்பட்டது:

"நீங்க, இப்பொழுது பாண்டிச்சேரியில் ஐந்தாறு வருஷமாய் இருக்கிறீங்க; மக்களோடு பழகுறீங்க; ஆனா இந்தச்

சூழலை முன்வைத்து ஏன் ஒரு கதை கூட இன்னும் எழுதவில்லை?‘‘

‘‘திடீர்னு இளமைப் பழக்கத்த மாத்தி அப்படிப் பண்ணினா அது செயற்கையா இருக்கும். இங்குள்ள மக்களப் பத்தி எழுதணும்னா அவங்களோட பழக்க வழக்கங்கள், முக்கியமா அவங்க பேச்சு மொழி எனக்குத் தெரிஞ்சிருக்கணும். நீங்க இங்கிலீஷ்ல ‘‘டேப்‘‘னு சொல்றத, நாங்க எங்க பக்கம் ‘‘நல்லீ‘‘னு சொல்லுவோம். ஆனா இங்க உள்ளவங்க ‘‘கான்‘‘னு சொல்றாங்க. அதனால இவர்களைப் பத்தி எழுதணும்னா இவங்க மொழி எனக்குத் தெரிஞ்சிருக்கணும். மொழி தெரியாம எழுதுனா கதை உயிரோட்டமா இருக்காது. அப்படியே எழுதினாலும் அது சரிப்பட்டு வராது (கையெழுத்து இதழ் - குறிஞ்சி மலர் நேர்காணலில்)

***

இலக்கியம் படைப்பதற்குச் செவ்வியல் மொழியான எழுத்து மொழியே உயர்ந்தது என்கிற மரபார்ந்த பார்வையை ஆதிக்க சக்திகளின் பார்வையாகப் பார்த்து உணர்ந்தவர்; எனவே பெருவாரி மக்களிடம் விளங்கும் பேச்சு மொழிதான் இலக்கியப் படைப்பிற்கு உயிர் ஊட்டும் என்பது கி.ராவின் கருத்து. பேச்சு மொழிதான் தாய்மொழி; இயற்கை மொழி. ஆனால் எழுத்து மொழி, செயற்கை மொழி; அதிகாரம் கண்டெடுத்த மொழி. மிகயீல் ஃபூக்கோ இப்படி எழுதுகிறார்:

‘‘எழுத்து மொழி வந்த பிறகுதான் எழுத்தாளர் என்கிற தனிமனித மனோபாவமே உருவாகியது. அதுதான் கருத்து, அறிவு, இலக்கியம், தத்துவம், அறிவியல் ஆகியவற்றின் வரலாற்றில் தனிமனித வாதத்தை வடிவமைக்க வழி கோலியது.’’ மேலும் அவர் எழுதுகிறார்:

‘‘மனிதப் பண்பாட்டின் ஆரம்பத்தில் ‘‘சொல்லாடல்’’ என்பது செயல்பாடாக விளங்கியது. இச்சொல்லாடல் எழுத்து

மொழியாக மாற்றமடையும்பொழுது தனிநபர் வாதம் முளைக்கிறது. கூடவே நில உடைமைச் சமூகத்தில் அதிகாரத்திற்கான ஒரு கருவியாக மாறுகிறது; சுரண்டலை விரிவு படுத்தத் துணை போகிறது." (எடுத்தாளப்பட்டது. க.பஞ்சாங்கம்,மேலது.,)

மேலும், பேச்சுமொழி என்பது ஒட்டுமொத்தமான உடம்புமொழியின் ஒரு துணைக் கூறுதான். உடம்பிற்கான முக்கியத்துவம் பேச்சுமொழியில் அப்படியே இருக்கிறது. ஆனால் எழுத்துமொழியில் இல்லை. அதிகார மொழியான எழுத்து மொழிக்கு உடம்பு ஒரு தொல்லை.

இவ்வாறு அதிகாரத்துக்கு எதிரான ஓரத்து நிலைப்பாடுகளையே எங்கும் எப்பொழுதும் தனது வாழ்க்கையில் மேற்கொண்டு வந்த கி.ரா, தனது இலக்கியப் படைப்புகளிலும் அதிகாரத்திற்கு எதிரான பேச்சுமொழியையே முதன்மைப்படுத்தி எழுதினார். கதை சொல்லியின் கூற்றுகூடப் பேச்சுமொழியிலேயே இருக்க வேண்டும் எனக் கருதினார். இதனால் மரபார்ந்த புலவர் குழுக்களால் கடுமையாக விமர்சிக்கப்பட்டார். கலை இலக்கியம் தொடர்பான பல்வேறு தேடல்களில், கருத்து மோதல்களில், இந்த விஷயத்தில் மட்டும்தான் கி.ரா தன் கோபமான முகத்தை வெளிப்படுத்தி உள்ளார். முற்போக்கு நாடக இயக்குனர் கோமல் சுவாமிநாதன் நடத்திய சுபமங்களா இதழில் இவருடைய நேர்காணல் வெளிவந்தது. அதில் இப்படி ஒரு கேள்வி:

"கரிசல் காட்டு இலக்கியம் என்று சொல்லிக் கொண்டு உங்கள் எழுத்து முழுவதையும் கொச்சை மொழியிலேயே சொல்லிச் செல்கிறீர்கள். இது மொழியைச் சிதலப்படுத்துகிற ஒரு முயற்சி தானே. மேலும் வட்டார வழக்கு என்பதே ஒரு பம்மாத்துதானா?" கோபத்தைத் தூண்டுவதற்காகவே கேட்கப்பட்ட கேள்விபோல் தெரிகிறது அல்லவா?

கி.ரா -வின் பதில் இதுதான்:

“கொச்சை மொழி எது தெரியுமா? பண்டிதர்கள் பேசுவதுதான் கொச்சையான மொழி. மக்கள் பேசுகிறார்களே அதுதான் இச்சையானமொழி. மக்கள் பேசிக்கொண்டு இருப்பதுதான் நல்ல தமிழ். சுந்தரத் தமிழ். ஏட்டில் இருப்பது தமிழ் மாதிரி உள்ள இமிடேஷன் மொழி. மக்களின் பேச்சுமொழியை எழுதினால், அதைக் கொச்சை என்று சொன்னால் அவரைத் தமிழ்த் துரோகி என்பேன். நம்முடைய மக்கள் பேசுவது எப்படிக் கொச்சையாகும். நீ பேசுவதுதான் கொச்சை என்பேன். மக்கள் பேச்சுமொழியைக் கொச்சை என்று கூற வெட்கம் இல்லையா உங்களுக்கு? கொச்சை மொழி என்று சொல்பவர்களை என்ன வார்த்தையில் திட்டுவது? வட்டார வழக்கல்ல பம்மாத்து; பண்டிதத் தமிழ்தான் பம்மாத்து.“

இவ்வாறு தான் தேர்ந்தெடுத்துக் கொண்ட தன் படைப்பு மொழிக்காகக் கி.ரா, பெரிதும் போராட வேண்டியிருந்தது. தமிழ் மறுமலர்ச்சி என்ற அரசியல் உணர்வுகளால் பழமையைப் போற்றும் பண்புகள் பெருகிக் கொண்டிருந்த ஒரு காலகட்டத்தில், புலவர்களின் செல்வாக்குக் கொடிகட்டிப் பறந்த ஒரு சூழலில் தன் முயற்சியை விடாமல் தொடர்ந்தார். அதற்காக “மக்கள் தமிழ் வாழ்க” என்று ஒரு நூலைக் கூட வெளியிட்டார்.

ஓரத்து மக்களையும் அவர்கள் மொழியையும் வாழ்க்கை வலியையும் மேன்மையான படைப்பாக்கித் தந்த ஒருத்தரை, மையத்தில் இருக்கிற படிப்பாளிகள் “வட்டார வழக்கு எழுத்தாளர்; அந்த வட்டாரத்துக்காரர்கள் மட்டும் படித்துக் கொள்ள வேண்டியதுதான்” என்றெல்லாம் கூடப் பேசி முத்திரை குத்தி ஓரங்கட்ட முயன்றனர். ஆனால் கி.ரா., ஒரு மாபெரும் கலைஞர் என்பதனால் உலகம் முழுவதிலும் உள்ள வட்டார மொழி இலக்கியம் சாதித்துக் காட்டி இருப்பது போலவே இவரும்,

1) தான் சார்ந்த நிலப்பகுதியை, அத்திணைக் குடிகளின் உடல் மணத்தை, உள்ளத் துயரைத் தன் படைப்பில் எதிரொலிக்கச் செய்துவிட்டார்.

2) படைப்பின் ஊடாக அந்தப் புவியியல் தகவல்களை எல்லாம் ஒன்று விடாமல் வாசகர்களுக்கு வழங்கி விட்டார்.

3) மொழியின் பிடிபடாத தர்க்கக் கூறுகளை எல்லாம் தன் படைப்பில் பிடித்து வைத்துவிட்டார்.

இதன் மூலம் தன் மேல் வீசப்பட்ட அத்தனை விமர்சனங்களையும் முத்திரை வாசகங்களையும் சுமந்து கொண்டே அனைத்தையும் வெற்றியாக மாற்றிவிட்டார் கி.ரா என்கிற மாக்கலைஞர்.

7. கி.ராவின் பார்வையில் பள்ளிக்கூடம்

“கல்வி என்பது கருவறையில் இருந்து கல்லறை வரைத் தொடர்ந்து செயல்படுகிற ஒரு முறையாகும்; ஆனால் எனக்கு இடையில் ஒரு தடங்கல் ஏற்பட்டது, எப்பொழுது என்றால் நான் பள்ளிக்கூடம் போய்க்கொண்டிருந்த காலகட்டத்தில்”.

கி.ராவுக்கு மிகவும் பிடித்தமான கூற்றுக்களில் ஒன்று மேற்கண்ட பெர்னாட்ஷாவின் கூற்று. கல்வி என்ற பெயரில் குழந்தைகளின் பால்யப் பருவத்தைச் சிதைக்கிற இந்த முறையைக் கடுமையாக வெறுப்பவர். வானவெளியில் சிரித்து விளையாடி மகிழ வேண்டிய சின்னஞ்சிறுசுகளை நான்கு சுவர்களுக்குள் போட்டு நசுக்குகிற கொடுமையைத் தீப்பெட்டித் தொழிற்சாலைகளில் ஜன்னல் கூட எதுவும் இல்லாத இடுக்குகளில் போட்டுப் பிழிந்து எடுத்துச் சக்கையாக்கப்படும் குழந்தைத் தொழிலாளர்களுக்கு நிகழும் கொடுமையை விடக் கொடியதாகக் கருதுபவர். தொழிற்சாலைகளில் சின்னஞ் சிறுவர்களின் உடல்தான் கசக்கிப் பிழியப்படும். ஆனால் பள்ளிக்கூடங்களில் உடலோடு உள்ளமும் உறிஞ்சப்படுகிறது. ஒழுக்கம் கற்பிக்கிறோம் என்ற பெயரில் குழந்தைகளின் சுதந்திரமான ஆன்மாவிற்கு அடிமை விலங்கு பூட்டப்படுகிறது.

“ஒரு செய்தி” என்ற கி.ராவின் அற்புதமான கதை குறித்துப்பேச்சு வந்தது. கவிஞர் பழமலய்யும் கூட இருந்தார். கோவில்பட்டி, சிவகாசி முதலிய ஊர்களைச் சுற்றி உள்ள கிராமத்துச் சிறுவர்களை இரவு 2 மணிக்கே பேருந்து அலாரத்தோடு வந்து எழுப்பிப் பொந்துக்குள் சாரை எறும்புகள் நுழைவது போலப் பேருந்துக்குள் நுழைய வைத்துத் தீப்பெட்டி, பட்டாசு ஆகிய தொழிற்சாலைகளுக்குக் கொண்டு செல்வதும், பகலெல்லாம் சரியான வெளிச்சம் கூட இல்லாத, காற்றின் வாடையே காணாத அறைகளில் போட்டு அமுக்குவதும், இரவு, நேரம் கழித்துக் கிராமத்தில் வந்து விட்டு விடுவதுமாக நடக்கும் நிகழ்காலக் கொடுமையைப் படம் பிடிக்கும் கலைநயம் மிக்க

கதை அது. எப்பொழுதும் அறிவினா கேட்கும் பழமலய் இப்படிக் கேட்டார்:

“அந்தக் கதையில பிள்ளைகளைப் பள்ளிக்கூடத்துக்கு அனுப்பாம, இப்படித் தீப்பெட்டி, பட்டாசுத் தொழிற்சாலைக்கு அனுப்புறாங்களே என்று சொல்ல வர்ரீங்களா?”

“பள்ளிக்கூடத்துக்கு அனுப்பவில்லை என்றா வருத்தப்படுறேன்? இல்லையா, இல்லை. உடம்பை வளைத்து நெளித்து ஓடி ஆடி விழுந்து எழுந்து விளையாடிக் களிக்க வேண்டிய சின்னஞ் சிறு வயதில் இப்படி அநியாயமா ஆட விடாம, சிரிக்க விடாம, இருட்டுக்குள்ளே போட்டு ஒரே இடத்தில் பல மணி நேரம் என்று உட்கார வைத்து இடுப்ப ஒடிச்சு அந்தச் சிறுசுகளின் வாழ்க்கை இன்பங்களை அழிக்கிறார்களே அதைத்தான் அதுல சொல்ல வர்றேன். பள்ளிக்கூடமாவது... எழவாவது... அது எக்கேடு கெட்டா என்ன?”

கி.ராவின் காட்டமான பதில் இது; “இந்தப் பிஞ்சுகளுக்கு விளையாட்டுப் பருவம் இல்லாமல் போச்சே என்பதுதான் என்னைக் கஷ்டப்படுத்துவது. அந்தக் கஷ்டத்தில் பிறந்ததுதான் இந்தக் கதை.” என்றார். பொதுவாக இந்தக் கல்வி முறையை மகாகவி பாரதி போலச் “செத்த கல்வி” என்றுதான் அடிக்கடித் தன்னுடைய உரையாடலில் சொல்லுவதைக் கேட்கலாம்.

***

“கவலை என்பது என்னவென்று அறியாத ராமசாமிக்கு இப்பொழுது பெரும் கவலை வந்து சூழ்ந்து கொண்டது. இந்தப் பள்ளிக்கூடத்திலிருந்து தப்ப அவனால் முடியாது. சுத்தி சுத்தி வரும் புலியைப் போல அவன் பள்ளிக்கூடத்துக் கோட்டச் சுவருக்கு உள்ளையே சுத்தி சுத்தி வந்தான்” என்று எழுதுகிறார் “ஜெயில்” என்ற கதையில்.

கல்வி நிறுவனங்களில் நிலவும் அதிகாரச் சூழல்தான் கலைஞர்களைப் புண்படுத்துகிறது. உண்மையில்

க. பஞ்சாங்கம்

வாத்தியார்கள்தான் இந்தச் சமூகத்தில் பெரிய வன்முறை மிக்கவர்களாக விளங்குகிறார்கள் என்பது கி.ராவின் பார்வை. வாத்தியார்கள் "கையை நீட்டு" என்று அடிக்கும் பாணியை மிக மேன்மையான முறையில் "தன் ஸ்கூல் வயது" என்ற கட்டுரையில் இவ்வாறு வர்ணிக்கிறார்:

"நீட்டிய கையில் வாத்தியார் உடனே அடித்து விட மாட்டார். ஏனென்றால் அவர் ஓங்கும்போது கை பின் வாங்கத் துடிப்பது வாத்தியாருக்குத் தெரியும். பிரம்பு கீழே இறங்குவது போல பாவலா காட்டும். கை பின்வாங்கும். பிரம்புக்குத் தெரியும். சமயம் பார்த்துக் கை பின்வாங்கி முன் வரும்போது விழும் அடி. அதிலேயும் அடி விழாமல் கை பிசகினால் இருக்கவே இருக்கிறது உடம்பு" (கி.ரா கட்டுரைகள், ப.5).

மக்கள் கூட்டத்தை அடக்குவதற்கு அரசாங்கத்தின் ஆற்றல்மிக்க கருவிகளாக ஆசிரியர்கள் வரலாற்றில் பயன்பட்டுக் கொண்டிருக்கிறார்கள். சுதந்திரமாகப் பிறக்கும் குழந்தைகளின் உயிரைச் சுட வைத்து அடித்து அடித்து இஷ்டம் போல் வளைக்கிற பணியில் பெற்றோர்களுக்கு அடுத்து ஆசிரியர்கள்தான் அரசாங்கத்திற்குச் சிறப்பாகப் பயன்படுகிறார்கள். எனவேதான் "மாதா, பிதா, குரு தெய்வம்" என்ற வாசகம் காற்றில் ஓங்கி ஒலிக்கிறது. பிள்ளைகளை அடக்க முடியாதபோது பெற்றோர்கள் பள்ளிக்கூடத்தை நாடுகிறார்கள்:

"ஒரு சிறிய தவறு" என்ற கதையில் "ராகவனது வீட்டில் செய்யும் மணியத்தையும் அத்துவானத்தையும் பெற்றோர்களால் தாள முடியவில்லை. எப்படியாவது இவனைப் பள்ளிக்கூடத்தில் போட வேண்டும் என்று தீர்மானித்து விட்டார்கள்" என்று காட்சிப்படுத்துகிறார்.

"பிஞ்சுகளின் உள்ளத்தில் கொட்டுவதற்கு வாயில் விஷ வார்த்தைகள், தலையில் கொட்டுவதற்கு மோதிர விரல், காதுகளின் மேல் படையெடுக்க நீண்ட நகம், பிஞ்சு மேனியின் மேல் விளையாட கையில் கம்பு" - இப்படித்தான் வாத்தியார்கள்

காட்சியளிக்கிறார்கள்” (கோபல்லபுரத்து மக்கள், ப.20.) என்றும் எழுதுகிறார். அதே கதையில் அந்தச் சின்னஞ்சிறு குழந்தை தன்னைப் பார்த்து வா வா எனக் கூப்பிடும் பூ ஒன்றைப் பறித்து விடுகிறது. ஆசிரியர் நிலை என்ன தெரியுமா? கதைசொல்லி அதை இப்படி வருணிக்கிறார்:

“ஆசைப்பட்டு ஒரு பூவைப் பறித்தான். அப்பொழுது அவனுக்குப் பின்னால் இடி முழக்கம் போல் ஒரு உறுமல் கேட்டது. கையில் பிரம்புடன் ருத்ராவதாரமாக வாத்தியார் நின்று கொண்டிருந்தார். குழந்தையின் கையில் இருந்து பூ நழுவி மண்ணில் விழுந்தது. ராகவலுவைப் பையன்கள் வீட்டிற்குத் தூக்கிக் கொண்டு போகும் போது அவனுடைய உடம்பு அனலாகச் சுட்டது“. இப்படி இருக்கிறது ஆசிரியர்களின் வன்முறை. முதன்முதலாக இவன் பள்ளிக்கூடம் போகும் காட்சியை உருவகமாகத் தருகிறார்:

“தின்று கொண்டே ராகவலு தன் அண்ணனோடு அந்தத் கிராமத்தின் தெருக் காட்சிகளைப் பார்த்துக் கொண்டு பள்ளிக்கூடத்துக்குப் போனான். கிட்ணசாமிப் பட்சி ஒரு கோழிக்குஞ்சை எடுத்துக்கொண்டு பறந்தது. அந்தக் கருடனின் விரல்களுக்கு இடையில் சிக்கிய கோழிக்குஞ்சு “கியா, கியா” என்று கத்திக் கொண்டே போனது. பெரியவர்களும் கிட்ணசாமியை “ஹோ,ஹே” என்று சத்தம் கொடுத்துத் துரத்திக் கொண்டு அதன் பின்னால் ஓடினார்கள். (ஒரு சிறிய தவறு)

இவ்வாறு கல்விக்கூடங்கள் சிறுவர்கள் மேல் நிகழ்த்துகின்ற அதிகாரச் செயல்பாடுகளை மிக நுட்பமாக விளக்கிக் கொண்டு போகிறார். மனிதர்கள் இயற்கை உயிரிகள் என்பதை மறக்கடித்து ஒவ்வொருத்தரையும் ஓர் அதிகார நிறுவனம் என்றாக்கி விடுகிறது இந்த நவீனக் கல்வி முறை. அதிகாரத்தின் பயிற்சிக் களமாக இயங்குகின்றன. சிறைக்கூடத்திற்கும் இவைகளுக்கும் என்ன வேறுபாடு? தலையைத் திருப்பவிடாமல், வாயை முணுமுணுக்க விடாமல்,

கண்ணை ஓட விடாமல், கொடூரமான கண்காணிப்போடு பாடம் நடத்தும் முறை மூலமாக மாணவர்களை வினா கேட்க அனுமதிக்காமல் வெற்றுப் பாத்திரமாக நினைத்துக் கொண்டு அவனுக்குள் தனது கருத்துக்களை இட்டு நிரப்புதல்தானே கல்வி என்ற பெயரில் நடக்கிறது.

இப்படிச் சிறுவர்களைப் பாடாய்ப்படுத்தும் இத்தகைய கல்வி முறை மனித இனத்திற்குத் தேவையா என்கிற ஆழமான கேள்வியைத் தன் படைப்பு மூலம் கேட்டுப் பார்க்கிறார்.

8. எடுத்துரைப்பின் சிறப்பு

கி.ரா, பேச்சு மொழியை, வட்டார வழக்குச் சொற்களை, சாதாரண உழைக்கும் மக்களை, பாதிக்கப்பட்ட பெண்களை, ஒடுக்கப்பட்ட சமூகத்தினரைத் தனது எடுத்துரைப்பிற்குள் கொண்டு வந்து உன்னதமான படைப்புகளைத் தமிழில் சாதித்துக் காட்டிவிட்டார் என்பதை எல்லாம் மேலே பார்த்தோம். இத்துடன் அவருடைய கலைப் படைப்பின் வெற்றிக்குப் பெரிதும் அடிப்படையாக அமைந்த மேலும் இரண்டு கூறுகளை இனிக் காணலாம். அவற்றில் ஒன்று நகைச்சுவை உணர்வு; மற்றொன்று நாட்டுப்புறக் கதையாடல் கூறுகளைக் கச்சிதமாகக் கையாளும் திறம்.

கரும்பை எந்த இடத்தில் கடித்தாலும் இனிப்புச் சாறு கிடைப்பது போல கி.ராவின் பிரதிகள் முழுவதிலும் எந்த இடத்தைத் தொட்டாலும் அங்கே இந்த நகைச்சுவை உணர்வு ததும்பி நிற்பதைக் காணலாம். அவருடைய புகழ்பெற்ற "வேட்டி" கதையில் வரும் நாணப்ப நாயக்கரை இப்படி அறிமுகப்படுத்துகிறார்:

"தெரியாமலா நாணப்ப நாயக்கர் அப்படிச் செய்யிறார். அவர் ஒன்னும் பைத்தார மனுஷன் இல்லை. நல்ல வசதியானவர். உக்காரும்போது - அது எந்த இடமானாலும் சரி - கல்யாண வீடோ, விசேஷ வீடோ, ஊர்ப் பொதுக்கூட்டமோ, கம்மாக்கரையோ - எங்கானாலும் சரி உடம்பு தரையில் படுமே தவிர உட்காரும் தரைக்கும் உடம்புக்கும் மத்தியில் வேட்டி இருக்காது. வேட்டியை மேலே சுருட்டிக்கிடுவார். தரையில் வேட்டி பட்டால் புழுதியும் அழுக்கும் ஆயிடும். நைஞ்சும் போயிரும். கஞ்சாம்பத்தி, ஈயாப் பத்தி என்று எவர் கேலி செய்தாலும் சரிதான்; "போங்கடா பேப் பய புள்ளைகளா" என்று சொல்லிவிடுவார்" (வேட்டி).

இந்த எடுத்துரைப்பில் வெளிப்படும் நகைச்சுவை உணர்வுதான் வாசகரை உட்கார வைக்கிறது. போலீஸ் வன்முறையை இப்படி எழுதுகிறார்:

"எவ்வளவு நேரந்தான் ஒரு மனுசனைப் போட்டு கம்மங்கதிரை சமட்டுகிற மாதிரி சமட்டிக் கொண்டிருக்க முடியும்? கையும் காலும் போலீசுக்கு வலித்ததால் "பிழைத்துப் போ" என்று நாயக்கரை எச்சரித்து விட்டு விட்டார்கள். எனவே அவர் "ஆகஸ்டு தியாகி" ஆகாமல் ஒரு நூல் இழையில் தப்பினார். (வேட்டி)

இவ்வாறு வருகிற வார்த்தைகள் எல்லாமே கி.ராவிடம் ஒரு எள்ளல் தன்மையோடுதான் வெளிவருகின்றன. இவர் இவ்வாறு நகைச்சுவை நடையைக் கைவரப் பெற்றதற்குக் காரணமாக அமைவது, அவர் கிராமத்து மக்களின் மொழியை, உரையாடல்களை எல்லாம் அப்படியே இரத்தமும் சதையும் எலும்புமாக உள்வாங்கி இருக்கும் திறமைதான். மேலும், கலை இலக்கியங்களில் தடை செய்யப்பட்ட விஷயங்கள் என்று எதுவும் இருக்க முடியாது என்கிற அவருடைய அணுகுமுறையாகும். எனவேதான் "வளமான தனிநபராக" விளங்கியுள்ளார். அவருடைய எழுத்துக்களில் அரட்டைக் கச்சேரியில் பிறக்கும் சிரிப்பு வகைகளும் உண்டு; உள்ளத்தை உலுக்கும் நகைச்சுவைகளும் உண்டு; ஆளைத் தூக்கி எறியும் ஆரவாரச் சிரிப்பும் உண்டு; குத்திக் கிழிக்கும் சிரிப்புகளும் உண்டு. அதனால்தான் இப்படிச் சொல்லப்பட்டு இருக்கிறது:

"குழம்பில் கரைந்துள்ள உப்புப் போல நீக்கமற எங்கும் இழையோடிருக்கும் இந்தப் பண்பு கி.ராவுக்கே கைவந்த நகைச்சுவை... அறிவுக்கும் விருந்தாகும் செய்திகளை நகைச்சுவை மிளிரும் நடைச்சித்திரங்களாக நமக்கு வழங்கியுள்ளார்."

***

கி.ராவின் படைப்பியக்கம் என்பது அடிப்படையில் நாட்டுப்புற மக்கள், அவர்களின் வழக்காறுகள், சடங்குகள், நம்பிக்கைகள், கேலிகள், கிண்டல்கள், சொலவடைகள், வாய்மொழிக் கதைகள், விளையாட்டுகள் எல்லாவற்றிற்கும்

மேலாக அவர்களின் பேச்சுமொழி முதலியவற்றால் புனையப்பட்ட ஒரு பேரியக்கமாகும். எனவேதான் கி.ரா., ஓரிடத்தில் இப்படிக் கூறுகிறார்.

"எங்கள் மக்கள் பேசும் பாஷையில், சிந்திக்கிற மனோவியலில் என் சிருஷ்டிகள் அமைந்து, அவர்கள் சுவாசிக்கிற காற்றின் வாடை மண்ணின் வாசம் அப்படியே என் எழுத்தில் கொண்டுவந்துவிட வேண்டும் என்பது என் தீராத ஆசை" (வேட்டி. முன்.,)

இந்தக் கூற்றில் அவர்கள் "சிந்திக்கிற மனோவியலில்" என் கதைப்படைப்பும் அமைய வேண்டும் என்பது மிகவும் கவனிக்கத்தக்க ஒன்றாகும்.

கி.ரா, அடிக்கடி நேர் உரையாடலில் கூறுகிற ஒன்று, "நமது சிறுகதை என்ற வடிவம், படித்த மணிக்கொடிக்காரர்களின் ஐரோப்பியக் கல்வியின் விளைவாக, அது ஐரோப்பியச் சிறுகதைகளின் மறுபதிப்பாக அமைந்துவிட்டது. அப்படியில்லாமல், காலனியம் விதைத்த மேட்டிமைத்தனமான கருத்தாக்கத்திற்கு ஆட்படாமல் நம்முடைய நாட்டுப்புற மரபில் எங்கும் எதிலும் நீக்கமற நிறைந்து கிடக்கும் கதைசொல்லும் விதவிதமான வடிவங்களை நோக்கி நவீனச் சிறுகதை இலக்கியம் நகர்ந்திருக்க வேண்டும். நான் அதைத்தான் செய்து கொண்டிருக்கிறேன். நம்முடைய கதைசொல்லும் நாட்டுப்புற மரபே பெரிதும் வளமானது, நுட்பமானது, அழகியல் செறிவு மிக்கது. எல்லாவற்றையும் காலனித்துவம் திணித்த நாசகார ஆங்கிலம் அழித்தொழித்து விட்டது. நான் நாட்டுப்புற மனிதன் என்பதால் - என் நாட்டுப்புற மக்களின் கதை சொல்லலில் மூழ்கித் திளைத்து இரசித்து மகிழ்ந்தவன் என்பதால் - அதை மீட்டெடுப்பதே எனது எழுத்தியக்கம்" என்றெல்லாம் பேசுவார்.

அவருடைய கதைகளை வாசித்தறிந்தவர்களுக்கு இந்த நுட்பம் புரியும். அவற்றில் ஒன்று ஒரு கதையைச் சொல்லத் தொடங்கி, பிறகு அதற்குள் கதைக்குள் கதையாகப் பல்வேறு

கதைகளைச் செருகிக் கொண்டே போகிற ஒருவிதமான நாட்டுப்புறக் கதை சொல்லல் மரபைக் கி.ரா. எழுத்தில் எளிதாகக் கண்டு கொள்ளலாம். நாட்டுப்புறக் கதை ஒன்றிலிருந்து தனது சிலப்பதிகாரக் கதையை வடிவமைத்துக் கொண்ட இளங்கோஅடிகள், கதைக்குள் கதையாக ஏறத்தாழ நூற்றிருபது கதைகளுக்கு மேல் சிலப்பதிகாரத்தில் செருகி வைத்துள்ளார். இது போலத்தான் இராமாயண, மகாபாரத இதிகாசங்களும் என்பதை இந்த இடத்தில் நினைத்துப் பார்த்தால் புரியும்.

கி.ராவின் "கிடை" குறுநாவலில் அவர் இந்த நாட்டுப்புற மரபில் நின்று கதைக்குள் பல கதைகளைச் செருகியிருப்பதைக் காணலாம். ஒரு விளைந்த பயிருள்ள காட்டில் ஆடுகள் கும்பலாக மேய்ந்து அழிமானம் செய்த வழக்கை விசாரிப்பதற்குத் துப்புத் துலக்கப் போகிறார் திம்மய நாயக்கர். அந்த நிகழ்வைச் சொல்லும் இடத்தில் கதையை அப்படியே நிறுத்திவிட்டுத் திம்மயநாயக்கரின் ஒரு விசித்திரமான குழந்தைகளுக்கான மந்திர விளையாட்டை வர்ணிக்கத் தொடங்கி விடுகிறார். அது ஆட்டுப் புழுக்கையை வாய்க்குள் போட்டு மந்திரம் காட்டும் அப்பட்டமான ஒரு நாட்டுப்புற விளையாட்டு.

இதுபோலவே ஆவாரஞ் செடியின் கதையும், பஞ்சகாலத்தில் பன்னிரண்டு ஆண்டுகள் ஆவாரஞ் செடியைப் பயன்படுத்தித் தப்பிப்பிழைத்த 64 சித்தர்களில் ஒருவரான இடைக்காடனார் கதையும் உள்ளே வந்து விடுகின்றன. இதற்கும் "கிடை" சிறுகதையின் மையக் கருவிற்கும் ஒரு தொடர்பும் இல்லை. (உயர்சாதியான எல்லப்பனுக்கும் ஒடுக்கப்பட்ட சாதியைச் சேர்ந்த செவனிக்கும் இடையே நடந்த ஒரு காதல் கதை) ஆனாலும் நாட்டுப்புறக் கதைமரபு அறிந்த கி.ரா, அக்கதைக்குள் பல கதைகளைச் செருகிக் கொண்டே போகிறார். இவைமட்டுமா? இன்னும் வயிற்றுவலி ராமக் கோனார் கதை, பொன்னுசாமி நாயக்கர் பரப்பிவிடும் பேய்க்கதை என்று கதைக்குள் கதை விரிந்துகொண்டே போகிறது.

இவ்வாறு கி.ராவின் கதைகள் பலவற்றிலும் "கதைக்குள் கதைகள்" என்கிற நாட்டுப்புறப் பாணி நிறைந்து கிடப்பதை எடுத்துக்காட்டிக் கொண்டே போகலாம். இதுபோலவே நாட்டார் வாய்மொழியாகச் சொல்லப்பட்டு வந்த கதைதான் "கோபல்ல கிராமம்" என்ற புகழ்பெற்ற நாவலும். அந்த நாவலுக்குள் கதைக்குள் கதையாக விரிவன ஏராளம்.

வாய்மொழி மரபின் உயிரோட்டமான பகுதி, வாழ்வில் எதிர் கொள்ளும் அனைத்து நிகழ்வுகளிலும் நாட்டுப்புற மக்கள் தாங்களே உடனுக்குடன் பாட்டுக்கட்டிப் பாடும் பாட்டு மரபாகும். இந்த மரபையும் தன்னுடைய நவீனச் சிறுகதை எடுத்துரைப்பிற்குள் தாராளமாகப் பின்பற்றியுள்ளார். "சாவு" கதையில் விதவையாகி விட்ட ராமானுஜ நாயக்கரின் மனைவி ஜக்கு வைக்கும் ஒப்பாரிப் பாடலைக் கேட்க முடிகிறது.

"கொச்சி மலையாளம்
  கொடி படரும் குற்றாலம்
கொடிபடர்ந்து ஏது செய்ய - இப்போ
  கொடி மன்னர் இல்லாம
இஞ்சி மலையாளம்
  இலை படரும் குற்றாலம்
இலை படர்ந்து ஏது செய்ய - இப்போ
  இளவரசர் இல்லாம" (ப.31)

இப்படி நீளுகிறது ஒப்பாரி. இதுபோலவே திருநங்கை பற்றிய, புகழ்பெற்ற அவருடைய "கோமதி" சிறுகதையிலேயும், திருநங்கையான கோமதி, தன்னை ஒரு விதவையாகப் பாவித்துப் பாடுவதாக ஒப்பாரிப் பாடலைக் கதைக்குள் கொண்டு வந்துள்ளார்.

"கருப்பும் சிகப்புமாய் - நான்
  கலந்துடுத்தும் நாளையிலே

> சிகப்பும் கருப்புமாய் - நான்
> சேர்ந்துடுத்தும் நாளையிலே
> நீலமும் பச்சையுமாய் - நான்
> நிரந்துடுத்தும் நாளையிலே
> கைக்களையன் சேலையை - என்
> கழுத்திட்டுப் போனியளே
> கைக்களையன் சேலை - எந்தன்
> கழுத்தை அறுக்காதோ
> ஈழுவன் சேலை - எந்தன்
> இடுப்பை முறிக்காதோ!"

இந்தப் பாட்டைக் கேட்டு அந்த இடத்தில் இருந்த விதவைப்பெண்கள் மௌனமாக அழுது விடவே, சூழலை மாற்றுவதற்கு அதே கோமதி வேடிக்கையான நாடோடிப் பாடல் ஒன்றை அபிநயம் பிடித்துப் பாடினாளாம்.

> "சோளம் இடிக்கையிலே
> சொன்னபடி ஒரு வார்த்தை - ஐயோ
> கையைப் பிடிக்காதிங்கோ - என்
> கருவளைவி சேதமாகும்"

உடனே பெண்கள் எல்லாம் வடித்த கண்ணீரைத் துடைத்துக் கொண்டே சிரித்தார்களாம். கோமதி கதையில் இந்த நாட்டுப்புறப் பாடல்கள் இல்லாவிட்டாலும் கூட, அந்தக் கதையின் உயிரோட்டம் ஒன்றும் குறைந்து போகாது. ஆனாலும் தேர்ந்த கதை சொல்லியான கி.ரா, இந்தப் பாட்டு வரிகளை ஏன் சேர்க்க வேண்டும்? தானொரு நாட்டுப்புறக் கதைசொல்லி, தானொரு நாட்டுப்புறப் பண்பாட்டைக் கதைக்குள் நெசவு செய்து பிணைத்து வைக்கும் ஒரு கதைசொல்லி என்பதைச் சொல்லாமல் சொல்வதாகவே எனக்குப் படுகிறது.

நாட்டுப்புறவியலில் பெரிதும் பேசப்படும் வழக்காறுகள் கி.ரா. கதைகள் முழுவதும் குவிந்து கிடப்பதை ஒருவர் எளிதாகக்

கண்டு கொள்ளலாம். சொல்ல வந்த கதையை அப்படியே விட்டுவிட்டு, இந்த வழக்காறுகளை மிக நுட்பமாகவும் விரிவாகவும் எடுத்துரைக்கத் தொடங்கி விடுவார். அத்தகைய இடங்களில் வழக்காறுகளைப் பதிவு செய்வதற்காகவே இவர் கதையென ஒன்றைக் கட்டமைத்துக் கொண்டு இயங்குவதாக எனக்குப் படும். “சாவு” கதையில் கணவனை இழந்த ஒரு பெண்ணை விதவைக் கோலத்திற்குள் கொண்டு வரும் ஒரு வழக்காற்றினைத் துல்லியமாக எடுத்துரைக்கிறார்.

இதுபோலவே கரிசல் காட்டு விவசாயி, காலையில் மாட்டுக்குத் தண்ணீர் காட்டும் ஒரு வழக்காற்றை மிக நுட்பமாக வர்ணிக்கிறார். இதன் மூலம் உழவர்குடி வாழ்வின் வரைவியலைக் கண்முன் காட்சிப்படுத்தி விடுகிறார். இப்படி எந்தக் கதையைத் தொட்டாலும் அந்தக் கதைக்குள் நாட்டுப்புற மக்களின் வழக்காறுகள் நிலைநிறுத்தப்பட்டு அது ஒரு பண்பாட்டு ஆவணமாக வடிவம் எடுத்திருப்பதைக் கண்டு கொள்ளலாம். “புறப்பாடு” கதையில் பஞ்சுப்பால் ஊட்டியும், குடம்குடமாகத் தலையில் தண்ணீரைக் கொட்டியும் உயிர் போகாமல் கிடக்கும் அண்ணாரப்பக் கவுண்டர் இறுதியில் அவருக்கு உயிர்க்குயிரான எருவடிப் புஞ்சை மண்ணை எடுத்துவந்து தண்ணீரில் கரைத்து ஒரு சங்கு ஊட்டின பிறகு உயிர் பிரிகிறது என்று எழுதும்போது மண்ணுக்கும் நாட்டுப்புறக் குடிமக்களுக்குமான உறவு எப்பேர்பட்ட ஒன்று என்பதைச் சொல்லாமல் சொல்லி விடுகிறார். பிறகு அந்த மக்களிடம் வெளிப்படும் சாவுச் சடங்கைத் துல்லியமாகச் சொல்லிக் கொண்டு போகிறார். இதுவரை தமிழிலக்கிய வெளியில் காணக் கிடைக்காத காட்சிகள் இவையெல்லாம்.

இதுபோலவே நாட்டுப்புற நம்பிக்கைகள், விளையாட்டுகள், விடுகதைகளென்று எல்லாவற்றையும் ஒன்றுவிடாமல் தனது நவீனச் சிறுகதைக்குக் கொண்டுவந்து தனது படைப்பு இயக்கத்தைத் தனித்ததொரு முறையியலில்

வடிவமைத்துக் கொண்டவர் கி.ரா. மேலும் நாட்டுப்புறக் கதைகளையே தனது பாணியில் மாற்றி எழுதி சிறுகதையாகவும் தந்துள்ளார். அந்த அளவிற்கு நாட்டுப்புறக் கதைகளாலும் பெரிதும் ஈர்க்கப்பட்டவர். இதைக் கி.ராவே பதிவு செய்துள்ளார்.

“எழுத மறந்த கதை” ஒரு நாட்டுப்புறக் கதையின் மறு ஆக்கம். அப்போது அந்த வயசில் எனக்கு இந்தக் கதையை இப்படி மாற்றி எழுத வேண்டும் என்று தோன்றியது” என்கிறார். (ஏழைக் குடியானவன் ராஜாவாகவும், ராஜா ஏழைக் குடியானவனாகவும் ஓர் ஒப்பந்தம் அடிப்படையில் மாறிக் கொள்ளும் போது என்ன நடந்தது என்பதுதான் கதை).

மேலும்,

“வாய்மொழிக் கதை” என்ற தலைப்பில் இத்தொகுப்பில் ஒன்று இருக்கிறது. மக்கள் இதை ஒரு செய்தி போலவே சொல்லி வருகிறார்கள். அதை வாங்கி நான் இந்த வடிவில் பதிவு செய்திருக்கிறேன்” (கி.ராஜநாராயணன் கதைகள். முன்னுரை) என்கிறார். (கடன் கேட்கிற இருவர், திரும்பக் கேட்காத ஒருவரைத் தேடித் திரியும் கதை)

கி.ராவின் இத்தகைய நாட்டுப்புறவியல் சார்ந்த படைப்பு இயக்கத்திற்குள் இயங்கும் பண்பாட்டு அரசியலைப் புரிந்துகொண்டு அவர் கதைகளை வாசிக்கும்போதுதான் சத்தமில்லாமல் எவ்வளவு பெரிய வேலையை ஆதிக்க இலக்கிய அரசியல் நிறைந்த தமிழ்ச் சூழலில் அவர் நிகழ்த்திக் காட்டியிருக்கிறார் என்பது தெரியவரும். என்ன அந்தப் பண்பாட்டு அரசியல்? என்று பார்க்க வேண்டும். கி.ரா, அடிப்படையில் ஒரு பொதுவுடைமைவாதி. கட்சியில் உறுப்பினர் அடையாள அட்டை வாங்கியவர். கட்சி தடைசெய்யப்பட்டுக் கொண்டிருந்த 1950-களில் கட்சியில் உறுப்பினர் அட்டை வாங்குவது இன்றைக்குக் கொடுப்பதுபோல் எளிதான காரியமல்ல; எல்லாவிதமான வேலைப்பாடுகளையும் மதிப்பீடு

செய்து, கட்சிக்கு உண்மையாக இருப்பாரா? கட்சிக்கு இதுவரை எவ்வளவு உழைத்திருக்கிறார்? என்றெல்லாம் சோதித்துப் பார்த்த பிறகுதான் அட்டை கிடைக்கும். மார்க்சியத் தத்துவத்தின் மீது எழுப்பப்பட்ட கட்சி அது. தியாகி சீனிவாசராவின் கையினால் அட்டை வாங்கியவர்; எனவே சமத்துவத்தை, சுதந்திரத்தை விரும்புகிற ஒருவர் கி.ரா. இந்தப் பூமியின் அனைத்து விளைச்சல்களையும் சமமாக அனைவரும் அனுபவிக்க வேண்டாமா? இது என்ன, இருப்பவர் இல்லாதவர் என்ற கொடூரம்? என்றெல்லாம் சமூக வெளியில், அரசியல் களத்தில் இயங்கியவர் கி.ரா.

எனவே கலை, இலக்கியப் பண்பாட்டுத்தளத்திலும் மேல்-கீழ் என்ற ஆதிக்கப்படிநிலை மறைந்து சமத்துவம் நிலவ வேண்டும் என்று விரும்பினார். குறிப்பிட்ட சிலரின் கலை, இலக்கியங்கள் மட்டும் சிறந்தவை என்றும் பெருவாரியான நாட்டுப்புற மக்கள் கையாளுகிற கலை, இலக்கியங்கள் எல்லாம் தாழ்ந்தவை என்றும் கட்டமைக்கப்பட்டிருக்கக் கூடிய பொய்யான புனைவுகளை உடைக்க வேண்டும் என்று உறுதியாக நின்றார். அவர் சிறுகதை, நாவல் என்ற புனைவிலக்கிய வடிவத்தைக் கையில் எடுத்த காலத்தில் மேலே இருப்பவர்கள் சிலரின் புனைவெழுத்துக்கள்தான் கொடிகட்டிப் பறந்தன. அவைகள் கட்டுரையாளர் தொடக்கத்தில் சொன்னதுபோலக் காலனியம் கற்பித்த வடிவத்தைப் படி எடுத்துக் கொண்டிருந்தன; உள்நாட்டில் ஓராயிரம் ஆண்டுகளுக்கு மேலாக நிலவி வரும் வளமான கதைசொல்லல் மரபை அறியாதவைகளாக அல்லது புறக்கணித்தவைகளாக வெளிவந்து கொண்டிருந்தன. இத்தகைய ஆதிக்கப் பண்பாட்டு மரபைத்தான் கி.ரா, தன் புனைவெழுத்து மூலம் கேள்விக்கும் விசாரணைக்கும் உட்படுத்தினார். எனவேதான் ஆதிக்கவாதிகளின் மொழியைப் புறக்கணித்து அது பண்டித மொழி, பத்திரிக்கை மொழி என்று புறக்கணித்து மக்களின் அசலான, சுத்தமான பேச்சுமொழியை

எடுத்துரைப்புக்குத் தேர்வு செய்தார். மக்களின் பேச்சுமொழி, கொச்சைமொழி என்று நிறுவனமயப்பட்ட பண்டிதம் கேலி செய்தபோது, "மக்கள் பேசுகிற பேச்சுதான் உண்மையான மொழி, தாய்மொழி, நீங்கள் எழுதுகிற பண்டிதமொழி - எழுத்துமொழி உங்கள் அதிகாரத்திற்காக நீங்கள் உருவாக்கிக் கொண்ட மொழி; ஆனால் பேச்சுமொழிதான் தாய் வாயிலிருந்து வந்த தாய்மொழி" என்றெல்லாம் தொடர்ந்து வாதாடி பேச்சுமொழியில் அதன் தொனியும் புலப்படும்படியாகத் தன் எழுத்தியக்கத்தை நடத்திக் காட்டினார் கி.ரா.

9. கி.ராவும் கடித இலக்கியமும்

“நண்பர்களுக்கும் எழுத்தாளர்களுக்கும் கடிதம் எழுதியே இலக்கியம் படைக்கக் கற்றுக் கொண்டவன் நான்” என்று வாய்ப்புக் கிடைக்கும் போதெல்லாம் சொல்லுவார் கி.ரா. எனவே கி.ரா, குறித்த இந்தச் சிறிய அறிமுக நூலை அவர் எழுதிய ஒரு கடிதத்தோடு முடித்துக்கொள்ள விரும்புகிறேன். அதுதான் அவருக்கும் அவர் எழுத்துக்கும் நாம் கொடுக்கிற மரியாதை என்று கருதுகிறேன். இனி அவருடைய ஒரு மடல்.

அன்பான மகாராஜபிள்ளை அவர்களுக்கு,

நமஸ்காரம்.

இக்கடிதத்தை எழுதுகிற என் நோக்கத்தை, உங்கள் மனசில் பதிய வைக்கிறது எப்படி என்று தெரியாமல் தத்தளிக்கிறேன்.

சுற்றி வளைப்பானேன் விஷயத்தை நேரடியாகவே சொல்லி விடுகிறேனே. ரஸிகமணி டி.கே.சி. அவர்களின் “பயாக்ரஃபீ”யை நீங்கள் எழுதவேணும்; விஷயம் இதுதான்.

இதை நான் சொல்லுகிறபோது, ல.சண்முக சுந்தரத்தினுடையவும், பாஸ்கரனுடையவும் இரு புஸ்தகங்களையும் டி.கே.சி. விஷயமாகத்தான் - படித்து விட்டேதான் கூறுகிறேன் உங்களை.

இந்த இரண்டு புஸ்தகங்களிலும் சொல்லிய விஷயங்களை விட, சொல்லப்படாமல் போன விஷயங்களே அதிகம். இருளில் மூழ்கியுள்ள உலகத்தை, டார்ச்லைட் வைத்துப் பார்த்து அதன் அழகை அனுபவித்துவிட முடியுமா; சூரியனல்லவா வரவேண்டும் உதயமாகி?

கல்கியின் தீபாவளி மலரில் வந்த உங்கள் “ரஸிகஞானி டி.கே.சி.”யும், “டி.கே.சி.யின் ஜாதகம்”மும் மாதரி இருக்க

வேண்டும். இவைகள் இரண்டும், நீங்கள் எழுதப்போகிற டி.கே.சி. பயாக்ரஃபியின் இரண்டு அத்தியாயங்களாகக் கொள்ளலாம்.

சிலகாரியங்களைப் பற்றிச் சிலர் நினைக்க முடியும். சில காரியங்களைப் பற்றிச் சிலர் சொல்லத்தான் முடியும். சில காரியங்களைப் பற்றியோ சிலர் செய்துகாட்டவே முடியும்.

உங்களால்தான் முடியும் இக்காரியம் செய்ய.

வெறும் புகழ்சி அல்ல அது; உண்மை.

சமீபத்தில் வெளியான "டி.கே.சியின் கடிதங்கள்" முகவுரையில் உங்கள் பேனாவின் வல்லமையைப் பார்க்கிறேன்.

நீங்கள் செய்து முடிக்க வேண்டிய காரியம் இது. தமிழ் உலகம் உங்களிடமிருந்து எதிர்பார்க்கிறது இதை.

"டிக்கேஸியம்" என்ற தத்துவம் தமிழ் உலகில் தோன்றக் காரணமென்ன; அது என்னவெல்லாம் நினைத்தது; அது என்னவெல்லாம் சொன்னது; அது என்னவெல்லாம் செய்தது.

என்றெல்லாம் சொல்ல வேண்டும் நீங்கள் அதில்.

சாம்பிராணி பத்தியைப் பொருத்தி எப்படி வைக்கிறது என்பதிலிருந்து ஏணிப்படிகளை அமைப்பது எப்படி என்பதுவரை சொல்லிக் கொடுத்தார்கள் நமக்கு. ஆஹா! அந்த சர்வகலா சாலைதான் எத்தனை அற்புதமானது! ஜாதி, மத, இன, வர்க்க வேறுபாடு அற்ற, பண்டித, பாமர வேற்றுமையே இல்லாமல் குற்றாலத்தில் நடைபெற்றுவந்த அந்த சர்வகலா சாலையைப் பற்றித் தமிழ் மக்களிடம் - உலக மக்களிடமும் சொல்ல வேணடாமா? (டி.கே.சி.யை வெறும் இலக்கியத் தலைவன் என்று தானே தமிழ்நாடு இன்னும் நினைத்துக் கொண்டிருக்கிறது!)

டி.கே.சி. அவர்கள் நம் நாட்டில் பிறந்தது பிறப்பு அல்ல அவதாரம். ஒவ்வொரு அவதாரங்களுக்கும் ஒரு காரணம்

இருந்தது. அந்தக் காரணத்தைப் பற்றியும், காரியத்தைப் பற்றியும் விரிவாகவும் தெளிவாகவும் கூறும் ஒரு பயாக்ராஃபி (காவியம்) ஒன்றை எழுத வேண்டாமா? "நாம்"?

நீங்கள் பதவியிலிருந்து ஓய்வு பெற்ற பின் எழுதலாம் என்று நினைக்க வேண்டாம். இப்போதிலிருந்தே தினம் கொஞ்சமாக செய்து முடித்துவிடுங்கள். (பூஜைக்கு தினம் கொஞ்சம் நேரம் ஒதுக்குவதில்லையா; தூங்குவதற்கும் படிப்பதற்கும் நேரம் ஒதுக்குவதில்லையா, அதுமாதிரி.)

வில்லை வளைத்து நாண் ஏற்றுகிற மாதிரி, இந்தக் காரியத்தில் உங்களை இப்படி வளைத்து வற்புறுத்த, ஏனோ சங்கடமாகத் தோன்றவில்லை எனக்கு! சொல்வதற்கு ஏதோ ஒரு உரிமை இருக்கிறதென்ற எண்ணம் எனக்கு.

சட்டப் படிப்பு முடிந்து, டி.கே.சி. அவர்கள் முதல் முதலாக ஒரு நல்ல தினத்தில், கோர்ட்டுக்குப் புறப்பட்டார்களாம். பட்டத்தாரெல்லாம் வைத்துக் கட்டி, கருப்புகோட்டெல்லாம் போட்டு, அப்படியே அழகாக நிலைக்கண்ணாடி முன் நின்று சந்தனப் பொட்டுகளெல்லாம் வைத்து, பளபளவென்று மின்னுகிற ஜரிகைத் தலைப்பாகையை எடுத்து அண்ணியார் அவர்கள் கொடுக்க, வாங்கி அணிந்துகொண்டு, வலதுகால் முன் வைத்து வாசல்ப்படி இறங்கித் தெருவுக்கு வந்தார்களாம்.

ஆனால்.. தெருவில் எதிரே வந்தது யார்?

ஒரு வாணியன்.

பூனூல் வெளியே தெரிய, எண்ணைக் குடம் சுமந்து, நல்லெண்ணை வாங்கலையா... நல்லெண்ணை... என்று சொல்லிக் கொண்டு வந்தானாம்.

அப்போது, அந்த இளம் மதியத்தின் வெயில்த்தான் ஆரம்பித்தது. திடீரென்று தென்றல் வீச ஆரம்பித்தது. வதங்கிச் சோர்ந்து தொங்கிய எல்லாத் தாவரங்களின் இலைகளும்

க. பஞ்சாங்கம்

புத்துயிர்ப்புப் பெற்று படபடவென்று அடிக்க ஆரம்பித்தது. குயில் ஒன்று சந்தோஷத்தால் கூவியது. வெள்ளை வண்ணாத்திப் பூச்சி ஒன்று பறந்து தெருவோடு சென்று மறைந்தது.

அன்று, அப்படி வந்து விட்டுப்போனது வாணியன்தான் என்று, அண்ணியாரும் மற்றவர்களும் இன்று வரை நினைத்துக் கொண்டிருக்கிறார்கள்.

இல்லை,

இல்லவே இல்லை.

சரஸ்வதி தேவிதான் வாணியன் உருவத்தில் வந்தது அன்று. அது தமிழர்கள் செய்த பாக்கியம். தமிழ்நாடு செய்த பூஜா பலன். அந்த தினம் அருமையான தினம்.

இன்று அந்தப் பதாகையை - கொடியைத் தொடர்ந்து எடுத்துச் செல்ல ஒருவர் வேண்டும். அது உங்களைத் தவிர வேறு யாரும் இல்லை. அந்த மகத்தான பாத்திரத்தை உணர்ந்து தொடர்ந்து நடத்த நீங்கள் முன் வர வேண்டும்.

மகாராஜனே; பூலோகத்தில்

பண்டிதத்தின் அட்டூழியம் தாள முடியவில்லை. உங்கள் பேனா ஆயுதத்தால் அவைகளை சம்ஹாரம் பண்ண இன்றே எழுந்தருள்வீராக. (கி.ராவின் காயிதங்கள், (2003) பக்.17-18)

தனது மானசீகக் குருவான டி.கே.சி. வழக்கறிஞர் தொழிலுக்குப் போகாதபடி ஏற்பட்ட ஒரு தடங்கலை எவ்வளவு கவித்துவமாக மடலில் சித்தரித்து விடுகிறார். இவ்வாறு கடிதம் எழுதும் பழக்கம் எல்லாம் நமது நவீன வாழ்க்கை மாற்றத்தால் அறவே அற்றுப்போய்விட்டதே என்ற ஏக்கம் நமக்குள் பரவுவதை உணரமுடிகிறது. இது கி.ராவின் வல்லமைமிக்க எழுத்திற்குச் சரியான சான்று.

பயன்பட்ட நூல்கள்

1. செயப்பிரகாசம். பா, கி.ரா 95-எழுத்தில் மட்டுமல்ல முன்னத்தி ஏர் (2017), நூல்வனம், சென்னை.

2. பக்தவத்சல பாரதி, கிராவின் கரிசல் பயணம் (2020), காலச்சுவடு, நாகர்கோயில்.

3. பஞ்சாங்கம். க, மறுவாசிப்பில் கி. ராஜநாராயணன், (1996) அன்னம், தஞ்சாவூர்.

4. பஞ்சாங்கம். க, மதிப்புரைகளும் முன்னுரைகளும், (2022) அன்னம், தஞ்சாவூர்.

5. மீரா (தொ.பு) ராஜநாராயணீயம் (1984), அன்னம், சிவகங்கை.

6. ஜனநேசன், (தொ.பு) கி.ராவின் காயிதங்கள், (2003), ரிஷபம் பதிப்பகம், சென்னை.

7. ஜேக்கப்.ஆர்.எஸ்., நெல்லை சதிவழக்கின் தியாகதீபங்கள், (2015), என்.சி.பி.எச்., சென்னை.

மூலநூல்

1. கி.ரா., தொகுப்புகள் (9 தொகுதிகள்), (2022) அன்னம், தஞ்சாவூர்.

2. கி. ராஜாநாராயணன் பதில்கள், (வினா - விடை) (1994), அன்னம், தஞ்சாவூர்.

கி.ரா. வாழ்க்கைக் குறிப்பு

பெயர்	:	கி.ராஜநாராயணன்.
முழுப் பெயர்	:	ராயங்கல ஸ்ரீகிருஷ்ண ராஜ நாராயணப் பெருமாள் ராமானுஜம் நாயக்கர்.
அழைக்கும் பெயர்	:	கி.ரா
செல்லப்பெயர்	:	முன்னத்தி ஏர்.
பிறந்தநாள்	:	செப்டம்பர் 16, 1923.
மறைந்த நாள்	:	மே 17, 2021. (வயது. 97)
பிறந்த ஊர்	:	இடைசெவல், தூத்துக்குடி மாவட்டம், தமிழ்நாடு
நாடு	:	இந்தியர்
தாய் மொழி	:	தெலுங்கு (பேச மட்டும் தெரியும்)
எழுதப்படிக்கத் தெரிந்த மொழி.	:	தமிழ்
பெற்றோர் பெயர்	:	ஸ்ரீகிருஷ்ண ராமானுஜன்/லஷ்மி அம்மாள்
மனைவி பெயர்	:	கணவதி அம்மாள்.
குடும்பத்தில்	:	ஐந்தாவது குழந்தை.
கல்வித்தகுதி	:	எட்டாம் வகுப்பு
பிள்ளைகள்	:	1) திவாகரன். 2) பிரபாகரன்.

வெளியிட்ட நூல்கள்

1) கதவு (சிறுகதைத் தொகுப்பு), *(1965)*, என்.சி.பி.எச்., சென்னை.

2) தமிழ்நாட்டு நாடோடிக் கதைகள், *(1966)*, என்.சி.பி.எச்., சென்னை.

3) கிடை(குறுநாவல்), *(1968)* புக்வெஞ்சர், சென்னை.

4) வேட்டி (சிறுகதைகள், கட்டுரைகள், கடிதங்கள்), *(1975)*, அன்னம், சிவகங்கை.

5) கன்னிமை (சிறுகதைத் தொகுப்பு), *(1975)*, பி.கே. புக்ஸ், மதுரை.

6) கோபல்ல கிராமம் (நாவல்), *(1976)*, புக்வெஞ்சர், சென்னை.

7) தமிழ்நாட்டு கிராமியக் கதைகள், *(1977)* அன்னம், சிவகங்கை)

8) பிஞ்சுகள் (சிறுவருக்கான குறுநாவல்), *(1979)*, அன்னம், சிவகங்கை.

9) அப்பா பிள்ளை அம்மா பிள்ளை (சிறுகதைத் தொகுப்பு), *(1980)*, அன்னம், சிவகங்கை,

10) மாந்தருள் ஒரு அன்னப்பறவை - (ரசிகமணி டி.கே.சி குறித்த வரலாற்று நூல்), *(1981)*, அன்னம் பதிப்பகம்.

11) வட்டார வழக்குச் சொல்லகராதி: (சிதம்பரனார், காமராஜர், நெல்லை, ராமநாதபுரம் ஆகிய மாவட்டங்களின் சில பகுதிகள் கரிசல் வட்டாரம் சேர்ந்தவை), *(1982)*, அன்னம் பதிப்பகம்.

12) கிடை குறுநாவலும் 12 சிறுகதைகளும், *(1983)*, அன்னம் பதிப்பகம்.

13) தாத்தா சொன்ன கதைகள் (நாட்டுப்புறக் கதைகள்): *(1984),* அன்னம் பதிப்பகம்.

14) கரிசல் கதைகள் (தொகுப்பாசிரியர்) (கரிசல் வட்டாரத்தைச் சார்ந்த 21 எழுத்தாளர்களின் சிறுகதைகள்), *(1984)* அன்னம் பதிப்பகம்.

15) கொத்தைப் பருத்தி (சிறுகதைத் தொகுப்பு), *(1985),* அன்னம் பதிப்பகம்.

16) கு.அழகிரிசாமி கடிதங்கள் (தொகுப்பாசிரியர்), *(1987),* (அன்னம் பதிப்பகம்)

17) கரிசல் காட்டு கடுதாசி (கட்டுரைகள்) *(1988),* அன்னம் பதிப்பகம்.

18) கோபல்லபுரத்து மக்கள் (நாவல்), *(1989),* அன்னம் பதிப்பகம்.

18) மக்கள் தமிழ் வாழ்க, (கட்டுரை), *(1991),* அன்னம் பதிப்பகம்

19) கி.ராஜநாராயணன் கட்டுரைகள், *(1991),* அன்னம் பதிப்பகம்.

20) நாட்டுப்புறக் கதைகள்- பகுதி - 1, *(1991),* அன்னம் பதிப்பகம்.

21) நாட்டுப்புறக் கதைகள்- (கட்டுரைத் தொகுப்பு கி.ரா & சிலம்பு செல்வராசு) (புதுச்சேரிப் பல்கலைக்கழகத்தின் நாட்டுப்புறக் கதைத் தொகுப்புத் திட்டத்தின் இயக்குனராக இருந்தபோது நடத்திய கருத்தரங்கில் வாசித்த பலரின் கட்டுரைத்தொகுப்பு), *(1991),* அன்னம் பதிப்பகம்.

22) நாட்டுப்புறக் கதைகள் - பகுதி 2, *(1991),* அன்னம் பதிப்பகம்.

23) வயது வந்தவர்களுக்கு மட்டும் *(1992),* நீலக்குயில், சென்னை.

24) காதில் விழுந்த கதைகள், (1992) மணியம் பதிப்பகம், குறிஞ்சிப்பாடி.

24) புதுவை வட்டார நாட்டுப்புறக் கதைகள், (1993), அன்னம் பதிப்பகம்.

25) நாட்டுப்புற பாலியல் கதைகள், (1994), நீலக்குயில், சென்னை.

26) கி.ராஜநாராயணன் பதில்கள் (வினா - விடை), (1994) அன்னம் பதிப்பகம்.

27) அந்தமான் நாயக்கர் (நாவல்), (1995), அன்னம் பதிப்பகம்.

28) பெண் மணம். (பெண்கள் பற்றிய நாட்டுப்புறக் கதைகளின் தொகுப்பு- உதவி பாரத தேவி), (1995) அன்னம் பதிப்பகம்.

29) கி.ராஜநாராயணன் கதைகள், (1998), அன்னம் பதிப்பகம்.

30) பெருவிரல் குள்ளன், (1998), நேஷனல் புக் டிரஸ்ட், டில்லி.

31) கடிதங்கள் கடிதங்கள் (துணைவேந்தர் வெங்கட சுப்பிரமணியனாரோடு கொண்ட கடிதத் தொடர்புகளின் தொகுப்பு), (1998), மணியம் பதிப்பகம், குறிஞ்சிப்பாடி,

32) புத்தகக் காதலர், (1998), மணியம் பதிப்பகம், குறிஞ்சிப்பாடி.

33) கி.ராவின் காயிதங்கள், ஜனநேசன் (தொகுப்பு), (2003), ரிஷபம் பதிப்பகம், சென்னை.

34) கி.ரா நாட்குறிப்பிலிருந்து, (2003), அகரம் பதிப்பகம், தஞ்சாவூர்

35) அணிந்துரைகள், முன்னுரைகள், (2004), அகரம் பதிப்பகம், தஞ்சாவூர்.

35) கு.அழகிரிசாமி கடிதங்கள் (கி.ராவுக்கு எழுதியது) தொகுப்பு, (2005), உயிர்மை பதிப்பகம், சென்னை.

36. கி.ரா.வின் கதை சொல்லி (தொகுப்பு ஒன்று) தொகுப்பு கழனியூரன், (2005), அகரம் பதிப்பகம், தஞ்சாவூர்.

37) கி.ரா பக்கங்கள், (2005), அகரம் பதிப்பகம், தஞ்சாவூர்.

38) மறைவாகச் சொன்ன கதைகள்- தொகுப்பு கி.ரா & கழனியூரன், (2005), உயிர்மை பதிப்பகம், சென்னை.

39) கி.ராவின் கதை சொல்லி (தொகுப்பு இரண்டு) (2008), அகரம் பதிப்பகம், தஞ்சாவூர்.

40) அன்புள்ள கிராவுக்கு (எழுத்தாளர்கள் எழுதிய கடிதங்கள் -தொகுப்பு. கி.ரா) (2011), உயிர்மை பதிப்பகம், சென்னை.

41) வேதபுரத்தாருக்கு, (நீண்ட கட்டுரை), (2014), அகரம் பதிப்பகம், தஞ்சாவூர்.

42) ருசியான கதைகள் (தொகுப்பு- கழனியூரன்), (2016), அன்னம், பதிப்பகம், தஞ்சாவூர்

43) லீலை (தொகுப்பு-கழனியூரன்) (2016), அன்னம் பதிப்பகம், தஞ்சாவூர்.

44) பெண் கதை எனும் பெருங்கதை, (2017), அன்னம் பதிப்பகம், தஞ்சாவூர்.

45) இந்த இவள் (குறுநாவல்-கையெழுத்துப் பதிப்பு) (2018), காலச்சுவடு பதிப்பகம், நாகர்கோயில்.

46) கி.ரா.நூறு (தொகுப்பு-க. பஞ்சாங்கம்) (2021), அன்னம் பதிப்பகம், தஞ்சாவூர்.

47) மிச்சக் கதைகள், (2021), அன்னம் பதிப்பகம், தஞ்சாவூர்.

48) அண்டரண்ட பட்சி, (2021), அன்னம் பதிப்பகம், தஞ்சாவூர்.

காட்சி ஊடகம்:

1) கி.ராவின் "விளைவு" என்ற கதை "பாவய்யா" என்ற பேரில் குறும்படமானது.

2) "கரண்ட்" என்ற கதை 1991-இல் குறுந்திரைப்படமாக என்.எப்.டி.சி - வழங்கிய நிதி உதவி பெற்று இந்தியில் எடுக்கப்பட்டது. இயக்கம், ஹரிஹரன்.

3) கிடை- குறுநாவல், அம்ஷன்குமார் இயக்கத்தில் "ஒருத்தி" என்ற தலைப்பில் திரைப்படமாக எடுக்கப்பட்டுத் திரையரங்குகளில் வெளியிடப்பட்டது.

4) புதுச்சேரி தொலைக்காட்சியிலும் சென்னை தொலைக்காட்சியிலும் கி.ராவின் நேர்காணல்கள் பல தடவை ஒளிபரப்பப்பட்டன.

5) புதுவை தொலைக்காட்சி, "இலக்கியத் தர்பார்" என்றொரு நேர்காணலைக் கவிஞர் உமாமோகன் ஒருங்கிணைப்பில் பாண்டிச்சேரிப் பல்கலைக்கழகம், சுப்ரமணிய பாரதியார் தமிழ்த் துறை வளாகத்தில் மாணவர்கள், பேராசிரியர்கள், திறனாய்வாளர்கள் முதலியோர் முன்னிலையில் கி.ராவுடன் நிகழ்த்தி ஒரு மணிநேரம் ஒளிபரப்பியது.

வானொலி ஊடகம்:

1) கிடை குறுநாவல் புதுச்சேரி வானொலி நிலையத்தில் க.பஞ்சாங்கத்தால் நாடக வடிவமாக்கப்பட்டு ஒலிபரப்பப்பட்டது.

2) முரண்பாடுகள் - என்ற வானொலி நாடகம் தமிழகத்து வானொலி நிலையங்கள் நடத்திய போட்டியில் இரண்டாம் இடம் பெற்றது.

3) கி.ராவிடம் மூன்று மணி நேரம் நேர்காணல் கண்டு பதிவு செய்யப்பட்டு டில்லி வானொலி ஆவணக்காப்பகத்தில் பாதுகாக்கப்பட்டுள்ளது. நேர்காணல் கண்டவர் பேரா.க.பஞ்சாங்கம். ஆண்டு, 1997.

4) புதுவை வானொலி நிலையம், இயக்குநர் தட்சிணாமூர்த்தி, நிகழ்ச்சி அமைப்பாளர் கவிஞர் உமாமோகன் ஆகியோர் எடுத்த நேர்காணலை (2019, சூலை, 2019) ஒலிபரப்பியது.

5) புதுவை வானொலியில் கி.ராவின் சிறுகதைகள், வாரத்திற்கு ஒரு கதை என்ற முறையில் 27- சனிக்கிழமைகளில் அவர் மறைந்த வாரத்திலிருந்து ஒலி பரப்பப்பட்டது. அக்கதைகள் 2010 - இல் வானொலி நிலையத்தில் பதிவு செய்யப்பட்டவை.

இதழ்களில் நேர்காணல்கள்.

தமிழகத்தின் பல்வேறு இதழ்களில் கி.ராவின் பல நேர்காணல்கள் வெளிவந்துள்ளன .அவற்றுள் குறிப்பிடத்தக்க சில நேர்காணல்கள்.

1) சுப மங்களா-டிசம்பர் 1991.நேர்காணல் எடுத்தவர், தமிழன்.
2) பாண்டிச்சேரி டுடே -ஆங்கில இதழ். ஜனவரி-1-15,1992.- நேர்காணல் எடுத்தவர் ,பேரா. பி.ராஜா.
3) மேக் ஹிஸ்டரி, ஆங்கில இதழ், சென்னை,சூலை - செப், 1992, பேரா.பி.ராஜா.
4) மறுவாசிப்பில் கி. ராஜநாராயணன் என்ற திறனாய்வு நூலுக்காக நேர்காணல் எடுத்தவர், பேராசிரியர் க.பஞ்சாங்கம்,1996.
5) செம்மலர், ஏப்ரல், 2005.

மொழிபெயர்ப்புகள்:

சிறுகதைகள் : ஆங்கில மொழியில்

1) கனிவு-எம்.எஸ்.ராமசாமி, திரிவேணி,, ஜன - மார்ச், 1979.
2) சந்தோசம் - எம்.எஸ்.ராமசாமி, ரியல் இண்டியா, 15 மார்ச், 1980.
3) கோமதி - கே.பிரதாப், அசைடு. மே, 1982.
4) பூவை - கே.பிரதாப், அசைடு, ஜூன், 1983.
5) நாற்காலி - அசோகமித்திரன், நேஷனல் புக் ட்ரஸ்ட்.
6) பேதை- எம்.எஸ்.ராமசாமி, இல்லிஸ்டேட் வீக்லி ஆப் இண்டியா, சூன்-(9-15)1985
7) குடும்பத்தில் ஒரு நபர், ப.சுப்பிரமணியம், எக்ஸ்பிரஸ் வீக் எண்ட், ஜனவரி 1989.
8) மின்னல் - ப.சுப்பிரமணியம், எக்ஸ்பிரஸ் வீக் எண்ட், ஜனவரி, 1989.
9) புறப்பாடு - பி.ராஜா, பாண்டிச்சேரி டுடே, ஜனவரி, (1-15), ஜனவரி 1992.
10) கதை சொல்லி- பி.ராஜா, பிரதிபா இண்டியா, புதுடில்லி, சூலை - செப்-1992

சிறுகதைகள்:– பிரஞ்சு மொழியில்.

1) புறப்பாடு, ஆர். கிருஷ்ணமூர்த்தி, Teait-d'union, pondicherry, 1993.
2) சாமர்த்திய வெள்ளாடு (இது கி. ரா தொகுத்த தாத்தா சொன்ன கதைகள் தொகுப்பில் உள்ள நாட்டுப்புறக் கதை) சு.ஆ.வெங்கட சுப்புராய நாயகர், the same, 2013.

நாவல்: பிரஞ்சு மொழியில்

1) கோபல்ல கிராமம், திருமதி எலிசபெத் சேதுபதி, பிரஞ்சு நிறுவனம் பாண்டிச்சேரி, 2017.

பிற மொழிகளில் :

கி.ராவின் கோபல்ல கிராமம் இந்தி, மலையாளம், தெலுங்கு முதலிய இந்திய மொழிகளிலும் ஆங்கிலத்திலும் மொழிபெயர்க்கப்பட்டுள்ளது. மொழிபெயர்ப்பைச் சாகித்ய அகடமி வெளியிட்டுள்ளது.

பெற்ற விருதுகள்.

1) தமிழ்நாடு அரசு தமிழ் வளர்ச்சி மற்றும் ஆராய்ச்சி மன்ற விருது- 1971(கதவு சிறுகதைத்தொகுப்பிற்காக)

2) இலக்கியச் சிந்தனை விருது-1979. (பிஞ்சுகள்-குறுநாவலுக்காக)

3) சிறந்த எழுத்தாளர் விருது-1990 (சாந்தோம் இன்டர்நேஷனல் கிறிஸ்டியன் சொசைட்டி)

4) சாகித்ய அகடமி விருது-1991 (கோபல்லபுரத்து மக்கள் நாவலுக்காக)

5) சாதனையாளர் விருது, 2008. (ப.சிதம்பரம் அறக்கட்டளை, சென்னை.

6) சாதனையாளர் விருது, 2013. (உலகத் தமிழ் பண்பாட்டு மையம், கோயம்புத்தூர்.)

7) தமிழ் இலக்கியத் தோட்டம் விருது, 2016 (கனடா)

8) மனோன்மணியம் சுந்தரனார் விருது, 2016- 17 (மனோன்மணியம் பல்கலைக்கழகம், திருநெல்வேலி.)

9) இந்து தமிழ் திசை விருது,2019(சென்னை)

10) சாதனையாளர் விருது, புதுச்சேரியில் நடைபெற்ற மாற்று இதழ்களின் 22 ஆவது மாநாட்டில் வழங்கப்பட்டது.

பெற்ற சிறப்புகளும் செயல்பாடுகளும்.

1) இந்தியப் பொதுவுடமைக் கட்சியின் உறுப்பினர் அட்டையை முதுபெரும் பொதுவுடமைத் தலைவர் பி சீனிவாச ராவ் (1906-1961) அவர்கள் கையால் பெற்றது.

2) இயக்குனர், நாட்டுப்புறக் கதைகளைத் திரட்டி ஆவணப்படுத்தும் திட்டம், பாண்டிச்சேரிப் பல்கலைக்கழகம், புதுச்சேரி. 1989-1990.

3) அரசுச் செயலர், திரு.ஹேமச்சந்திரன் முன்னெடுப்பில் 1998இல் தொடங்கப்பட்ட "பாரதி அன்பர்கள் அறக்கட்டளை "என்ற அமைப்பின் தலைவராக முதல் 10 ஆண்டுகளும் தொடர்ந்து இறுதி வரை மதிப்புறு தலைவராகவும் இருந்து வந்தார்.

4) 03.05.1996 -அன்று "தாப்பு" என்றொரு பௌர்ணமி தோறும் மாலைப்பொழுதில் எழுத்தாள நண்பர்கள் கூடி உரையாடும் ஓர் அமைப்பினைத் தொடங்கி ஏறத்தாழ பத்தாண்டுகள் நடத்தினார்.

5) கதைசொல்லி-என்றொரு இலக்கிய இதழை (எண்வழிச் சிற்றிதழ்) 2000 - இல் தொடங்கி நிறுவனராகவும் ஆசிரியராகவும் செயல்பட்டார். முதல் பத்தாண்டுகள் சிறப்பாசிரியராகப் பேரா.க.பஞ்சாங்கமும் பிறகு சில ஆண்டுகள் நாட்டுப்புற ஆய்வாளர் கழனியூரானும் செயல்பட்டனர். இப்பொழுது வழக்கறிஞர் கே.எஸ்.இராதாகிருஷ்ணன் அவர்களால் சென்னையில் இருந்து வெளிவந்து கொண்டிருக்கிறது..

6) சிறந்த சிறு பத்திரிகைகளை ஊக்குவிக்கும் நோக்கில் "கரிசல் கட்டளை விருது" என்று ஓர் அமைப்பினைத்

தொடங்கி 1997 முதல் 2012 வரை தன்னுடைய பிறந்தநாளில் ரூபாய் 5000 பரிசாகக் கொடுத்து வந்தார். மொத்தம் 19 பத்திரிகைக்கள் பரிசு பெற்றுள்ளன.

7) புதுச்சேரி அரசு வழங்கும் கம்பன் புகழ் பரிசு, தொல்காப்பியர் பரிசு முதலிய பரிசுக்கு உரியவர்களைத் தேர்ந்தெடுக்கும் குழுவில் 10 ஆண்டுகள் பணியாற்றினார்.

8) பொதுக்குழு உறுப்பினர், சாகித்திய அகாடெமி, புதுடில்லி: 1998 - 2002.

கிராவின் படைப்புகள் குறித்த நூல்கள்:

1) க.பஞ்சாங்கம், மறுவாசிப்பில் கி.ராஜநாராயணன், (1996), அன்னம் பதிப்பகம், சிவகங்கை,

2) பிரேம்-ரமேஷ் (தொகுப்பு) கி.ராஜநாராயணன் எழுத்துலகம், (2000), கலைஞன் பதிப்பகம் சென்னை.

3) அரங்க. முருகையன், இரா முருகன், பி சரவணகுமார், (பதிப்பாசிரியர்கள்) கி.ராவின் படைப்புகள் (ஆராய்ச்சிக் கட்டுரைகள்) (2002), இலக்கியா பதிப்பகம், புதுச்சேரி.

4) கி.ரா.80-காவ்யா சண்முகசுந்தரம், க.பஞ்சாங்கம் (தொகுப்பு) (2003), காவ்யா பதிப்பகம், சென்னை.

5) காலத்தை வென்ற கதை சொல்லி - கிரா-85, கே.எஸ். ராதாகிருஷ்ணன் (தொகுப்பு) (2008) உயிர்மை பதிப்பகம் சென்னை.

6) க.பஞ்சாங்கம், கி.ராவின் புனைகதைகளும் இயற்கையை எழுதுதலும், (2012), அகரம் பதிப்பகம் .தஞ்சாவூர்.

7) பா.செயப்பிரகாசம், க.பஞ்சாங்கம், சு.ஆ.வெங்கட சுப்பராய நாயகர் (தொகுப்பு), முடிவில்லாப் பயணம் - (கி.ரா 95), (2017) அகரம் பதிப்பகம், தஞ்சாவூர்.

8) சிலம்பு செல்வராசு, பேராசிரியர் கி.ரா.: சில நினைவுகளும் சில நிகழ்ச்சிகளும், (2017), அன்னம் பதிப்பகம், தஞ்சாவூர்.

9) பா.செயப்பிரகாசம், கி.ரா.95- எழுத்தில் மட்டுமல்ல முன்னத்தி ஏர், (2017), நூல்வனம், சென்னை.

10) பக்தவத்சலபாரதி, கி.ராவின் கரிசல் பயணம், (2020), காலச்சுவடு பதிப்பகம், நாகர்கோயில்.

11) முனைவர் மா.ஞானபாரதி (தேர்வும் தொகுப்பும்) கி.ராஜநாராயணன் தேர்ந்தெடுத்த சிறுகதைகள், (2020), டிஸ்கவரி புக் பேலஸ், சென்னை.

12) மு.வேலாயுதம், வாழையும் கண்ணும், (2020), விஜயா பதிப்பகம், கோவை.

13) கி.ரா. நூறு தொகுதி 1, 2 வழக்கறிஞர் கே.எஸ். இராதாகிருஷ்ணன் (2023), (கதை சொல்லி பொதிகை - பொருநை - கரிசல்).

14) கி.ரா. நூறு க. பஞ்சாங்கம், (2021) அன்னம், தஞ்சாவூர்.

இன்னும் உலகம் முழுவதும் இருக்கும் பல்வேறு தமிழ்த் துறைகளில் கி.ரா படைப்புகள் குறித்து எழுதப்பட்ட ஆய்வேடுகளைத் தேடித் தொகுத்தால் குறைந்தது 50 க்கு மேல் கிடைக்கும் என்பது உறுதி.

கி.ரா எழுத்துக்கள் வெளிவந்த சில இதழ்களின் பெயர்கள் மட்டும் :

1) ஆனந்த விகடன் (2) ஜுனியர் விகடன் (3) குமுதம் (4) தாமரை (5) செம்மலர். 6) நீலக்குயில் (7) அ ஃ-(8) தீபம். (9) கதிர் 10) கசடதபற 11) கண்ணதாசன். 12) ஞானரதம் 13) கணையாழி 14) சோதனை. 15) வேள்வி16) பாலம் (17) மனஓசை 18) சதங்கை. 19)சுபமங்களா 20), சிகரம் 21) சக்தி. 22) சாந்தி 23) சரஸ்வதி. 24) தீராநதி...........

ஆவணப்படம்.

இடைசெவல், (2006), ஒளிப்படக்கலைஞர் புதுவை இளவேனில்.

கி.ரா - புகைப்படக் கண்காட்சி, (2009). படமெடுத்துக் காட்சிப்படுத்தியவர், புதுவை இளவேனில்.

கி.ரா. பற்றிய ஆங்கிலக் கட்டுரைகள்.

1) P. Raja, Of Life, Literature and Laurels: A Profile on Ki. Rajanarayanan (pratibha India,New Delhi, July-Sept.1992)

2) P. Raja, In The Footsteps of Thomas Hardy: Ki. ra - A profile (Gentleman, Bombay, Jan.1995)

3) P. Raja, Guardian of Tamil Oral Tradition Falls Silent: A tribute to Ki. Rajanarayanan (Times of India, May 19, 2021)